સીધી વાત

દિવ્યમ અંતાણી
પલક દિવ્યમ અંતાણી

સીધી વાત

ઠાકુર શ્રી રામકૃષ્ણદેવ, માં શારદાદેવી અને યુગપુરુષ સ્વામી
વિવેકાનંદજીના ચરણકમળમાં...

શુભેચ્છા શબ્દ

એક ઠંડા પીણાંની જાહેરાતમાં મેં એક વાત સાંભળી હતી - "સીધી બાત, નો બકવાસ!" અને જયભાઈ વસાવડાના મોઢે મેં એક વાત સાંભળી છે કે, જે બકવાસ સાંભળવાની સહનશક્તિ ઓછી રાખતા હોય, તે સાચા યુવાન છે. આ પુસ્તક મેં થરલી વાંચી, શબ્દે શબ્દ વાંચી, પછી જ આ પ્રસ્તાવના લખવાની હું હિમ્મત કરી રહ્યો છું. અને પ્રસ્તાવના પણ એવી હોવી જોઇએ, જેમાં કોઇ બકવાસ નહિ પણ, સીધી વાત લાગે. મારા પરમ - સહપાઠી મિત્ર - જે મારી આગલી બેન્ચમા દિવ્યમ અંતાણી બેસતા. મારી જેમ જ એનું પ્રોફેશન અને પેશન અલગ છે; એટલે એની સાહિત્ય પીડા સમજી શકું છું. બંને જ્ઞાતિ બંધુ પણ ખરા, એટલે આમ જૂઓ તો જે શક્યતાઓ - પ્રશ્નો - જે મેં સહન કર્યા છે, એ એણે પણ કર્યા છે.

એનું પ્રથમ પુસ્તક - "યુવાન્યાસ" મને ખૂબ ગમ્યું હતું. આ પુસ્તક એ અલગ ફ્લેવર - અલગ વિષય સાથે છે. વાંચવી ૧૦૦% ગમશે. દરેક વાંચકને એક નમ્ર વિનંતી કરું કે, કદાય એક સાથે આખું પુસ્તક ન વંચાય તો પણ રોજ એક ટોપિક વાંચશો તો પણ તમારામાં નવી ઊર્જા બંધાશે. "સીધી વાત" બોલવું જેટલું સીધું છે, કરવું એટલું જ અધરું. પોઇન્ટ ટુ પોઇન્ટ દિવ્યમએ લખાણ કર્યું છે. કોઈ પણ વધારાનાં ઉદાહરણ લીધા વગર તમને કોઈ વ્યક્તિ ઉપદેશ આપતું હોય એમ નહિ પણ કોઈ મિત્ર તમારી સાથે દિલથી વાત કરતો હોય અથવા કોઈ પ્રેમી પોતાની પ્રેમિકાને સમજાવતો હોય એવું પાને પાને તમને લાગશે.

દિવ્યમ અંતાણીના પરિવારનો પણ આ તકે હું આભાર માણવા માંગુ છું કારણકે જેમ એને પતિ - પત્નીના સંબંધોમાં સ્પેસનું મહત્ત્વ સમજાવ્યું છે એવી જ રીતે આ પુસ્તકમાં પણ એ એના પરિવારનો સ્પેશિયસ સાથ છે એ દેખાય છે. "ચીંટિયા" અલગ અલગ ભર્યા છે! નાના બાળકને ચીંટિયો ભરાય તો એ હસી પડે પણ ચીંટિયો જોરથી ભરાઇ જાય તો નિશાન લાંબા સમય સુધી રહી જાય. અમુક ચીંટિયાની પીડા

યાદગાર હોય છે. વર્ષો પછી પણ અમુક ચીંટિયા ભરનારા અને એવા સજ્જડ ચીંટિયા યાદ રહી જતા હોય છે. એવા અહીં અમુક ચીંટિયા ભર્યા છે. દિવ્યમએ વિષયની છણાવટ સાથે જનરેશન ગેપનો એક સરસ મુદ્દો પણ છેડ્યો છે. જનરેશન ગેપ એ માત્ર કોઈ ઘટના નથી, એ એક પ્રોસેસ છે. જેમાંથી દરેક પસાર થવું જ પડે છે. ગુજરાતીમાં બે શબ્દ છે- મઝા અને આનંદ. મઝામાં કશુંક જાય છે; જયારે આનંદમાં "નંદ આવ્યો" એવો અનુભવ થાય છે. દિવ્યમનું આ પુસ્તક વાંચતાં તમને આનંદ આવશે અને આ પુસ્તક જો ખરીદીને વાંચશો અને કોઈને ભેટ સ્વરૂપે આપી એનું જીવન સંવાદિત અને સુદ્રઢ બનાવશો તો મને મઝા આવશે.

દિવ્યમએ અહીંયા પ્રેમ, બાળપણ, માતૃભાષા અને સહુથી મહત્વની વસ્તુ એ છે કે, આપણા મૂડ મેનેજમેન્ટની વાત કરી છે. આજનું યુથ વારે વારે સિરિયસ - ગમગીન - ગંભીર થઇ જાય છે. મૂડ સ્વિંગઝના પ્રોબ્લેમ્સ હોય - પછી એ પુરુષ હોય કે સ્ત્રી હોય - કોમન પ્રોબ્લેમ્સ છે - એની અહીંયા વિગતે વાત કરી છે. અમુક સંતાનો માતા-પિતાને ન સમજી શકનારા અને અમુક માતા-પિતા સંતાનોના સપનાને ન સમજી શકનારા હોય એની વાત પણ છે. સાથે સાથે, જોય ઓફ ગિવિંગ - કેર એન્ડ શેર - ની વાત છે જે દિવ્યમએ બહુ જ તાદૃશ રીતે વર્ણવી છે. આ પુસ્તકની દિવ્યમ દ્વારા જ રચિત પંક્તિઓ –

"સેન્ડવિચની ટુકડી વધ્યી,

મારે નહોતી ખાવી એટલે ધર્યી એને,

અને એ મલકાઈ ગયી"

-બહુ જ ચોટદાર લાગી. લોન ના હપ્તા ભરાતા હોય એ ઉંમરે આવી જોય ઓફ ગિવિંગ થકી કોઈના સ્વપ્નના હપ્તા પૂરા કરવાનો વિચાર આવે એનાં માં-બાપના સંસ્કાર જ હોય.

અંતે, દિવ્યમના આ પુસ્તકએ સંવાદનો એક સેતુ સર્જ્યો છે. વાંચક પૂરા ભાવ સાથે આ વાંચશે તો હું ૧૦૦% ગેરંટી આપું છું કે, એ એનાં એકશન પહેલાનું જે સ્ટેપ છે એનાં પહેલાં મંથન અને મનન કરવા માટે સકારાત્મક બનશે. લેખક પ્રતિ મારી એવી લાગણી છે કે, કદાચ આ પુસ્તક બેસ્ટ સેલર બને, પણ એ કરતાં પણ આ પુસ્તકને વાંચનાર બેસ્ટ કેર ટેકર, બેસ્ટ શેરર અને બેસ્ટ પર્સન બને એવી શુભેચ્છા આપું છું. ક્વોન્ટિટી કરતાં ક્વોલિટીમાં માનવું એ જ સમજદારી છે. જેવું લખાણ આ પુસ્તકમાં થયું છે, એવું કદાચ સમાજમાં એક પણ વ્યક્તિ અનુસરતું થાય, તો આ ૧૦૦૦ પુસ્તકનો ખર્ચ પણ વસૂલ છે.

ઈશ્વર બધે ન પહોંચી શકે એટલે એણે "માં" બનાવી. માં પણ સર્વત્ર ન પહોંચી શકે એટલે ઈશ્વરે દીકરીનું સર્જન કર્યુ. અને જ્યાં દીકરીની પણ સીમા આવે ત્યાં વ્યક્ત થવા "માતૃભાષા" બનાવી. માતૃભાષાના લેખકના શબ્દો લખે ત્યાં સુધી એનાં અને લખાય એ પછી વાંચકના એ સર્વસ્વીકૃત તથ્ય છે. શબ્દોનો ઉપાસક અસ્તિત્વમાં રહે કે ન રહે, પણ એનાં શબ્દો આ અખંડ બ્રહ્માંડમાં જીવંત રહે છે. દિવ્યમના આ દિવ્ય શબ્દો પણ જીવંત રહેશે એવી હૃદયથી શુભેચ્છા સહ હાટકેશ્વર દાદાને પ્રાર્થના કે, એ હર વર્ષે એક પુસ્તકની ભેટ આપતો રહે. આભાર!

- હર્ષલ માંકડ.

વક્તા, લેખક, વિચારક, અભિનેતા અને બેન્કર

પ્રસ્તાવના

સુખી, શાંત અને સ્વસ્થ જીવન જીવવું કોને ન ગમે? એમાં પણ જીવનની ઢળતી સફરે તો દરેક વ્યક્તિ એ જ ઇચ્છે કે, આખરે શાંતિ પર તેમનો અધિકાર છે. તેઓ તદ્દન સાચા છે. આખા જીવન માં તેમને ભણતર, કેરીઅર, સામાજિક જીવન, પરિવાર, વ્યવહારો, અને અંતે રિટાયરમેન્ટ માટે સતત દોડવું જ પડ્યું છે. હવે જીવનની સમી સાંજે એ નિરાંત ઝંખે જ. આપણે અહીં વિચારવાનો મુદ્દો એ છે કે, આ આખી પ્રક્રિયા શું તબક્કે-તબક્કે નવી થાય છે? એક-એક વર્ષની સાથે લાઈટની સ્વિચની માફક પરિસ્થિતિઓને બદલી શકાય છે? એવી કઈ પદ્ધતિ છે જે આપણને આ શાંતિ બક્ષે? એવો કયો સમય છે, જ્યારથી આવું પ્લાનિંગ જરૂરી છે? ક્યારે જાગવું જોઈએ આ પૂર્વઘડતર માટે? વિચાર્યું છે આપણે ક્યારેય?

જ્યારથી આપણે નોકરીમાં જોડાઈએ ત્યારથી જ આપણે ફાઇનાન્શિયલ પ્લાનિંગ શરુ કરી દઈએ છીએ. ફિક્સડ ડિપોઝીટ, મ્યુચ્યુઅલ ફંડ અને સ્થાવર-જંગમ મિલકતોમાં ડાઇવર્સિફાઈડ રોકાણની અનેક ચાવીઓ શોધવા લાગીએ છીએ. આપણે સારી રીતે જાણીએ છીએકે, પૈસાનું પ્લાંનિગ નાની ઉમરથી જ કરવું જોઈએ. જેમ લોન્ગ ટર્મ ઇન્વેસ્ટમેન્ટ તેમ રિટર્ન વધુ. પેંશન ફંડ્ઝ માટે પણ પહેલા પગારથી જ પી.પી.એફ. એકાઉન્ટમાં ભરણું કરવા લાગીએ છીએ. પણ એ બાબત ન જાણે કેમ પણ આપણી સમજની બહાર છે કે, જેમ પૈસામાં લાંબા સમયના રોકાણે વિશેષ નફો મળે છે એમ જ જીવનના કેટલાક અંગત ગુણો એવા છે કે, જેમાં યંગ એજથી જ સુધારો કરતા જવાથી જ યોગ્ય ઉંમરે તેઓ ખીલી ઉઠે છે અને શાંતિ જેવું રિટર્ન આપણે ઈઝીલી મેળવી શકીએ છીએ.

પ્રશ્ન આવીને એ ઉઠે છે કે, યુવાનીમાં એવો સમય જ ક્યાં છે આવી બાબતો માટે? પૈસા ભેગા કરવાના લક્ષ્ય સામે બીજી તમામ બાબતો ઝાંખી થઇ જાય છે. સમજ, શાંતિ, ધૈર્ય, લેટ-ગો કરવાની વાતો તો ૫૦ની ઉંમર પછી કરાય. અમે તો ગરમ લોહી, દુનિયા ને મુઠ્ઠીમાં કરનારા, આકાશને જમીન ઉપર લઇ આવનારા! પણ આવી દોઢ ડાહ્યી વાતો જ આગળ જતા અસંતોષનું મૂળ બને છે. યુવાન વયે જે સમજશક્તિ વિકસાવવી જોઇએ તે આપણે ચૂકી જઇએ છીએ. જે ગુણોની જરૂર સાંઇઠમાં વર્ષે પડવાની છે તે કઇ ઓગણસાઇઠમાં વર્ષે નહિ ફૂટી પડે. તે આપણે પચીસની ઉમ્મરેથી જ વાવવા પડશે. એટલુંજ નહિ, એની માવજત પણ કરવી પડશે સમાજના દુર્ગુણોના તડકા સામે. કોઇને ન સાંભળવાની આદત આપણું ભવિષ્ય ધૂંધળું કરી મૂકવા પૂરતી છે. સમજવા જેવી વાત છે.

અહીં, આપણે સ્પષ્ટ, ચોખ્ખા અને તદ્દન નિરાવૃત્ત શબ્દોમાં એવી જ બાબતોની ચર્ચા કરવાના છીએ, જે આગળ જતાં આપણને શાંતિ બક્ષે. એવી બાબતો પણ વિસ્તારમાં વિચારીશું કે, કઇ બાબતોથી આપણી પાછલી ઝિંદગી દોઝખ બની શકે છે. મારી ઉંમર પણ આજે કાંઇ ખાસ મોટી નથી. હજી યુવાનીની સીમા વટાવી, પ્રૌઢાવસ્થા માં પ્રવેશવાની વીસ વર્ષની વાર છે! એટલે, આપણે અહીં વિચાર-વિમર્શને કેન્દ્રમાં રાખીશું. ઉપદેશાત્મક કથાઓને વધુ સ્થાન નથી અહીં. મારા વિચારો કદાય સામા પ્રવાહના હોઇ શકે. આપ સહુ વાંચક મિત્રો સહમત થાઓ જ તેવી જરાપણ વેવલી માંગણીઓ હું કરીશ જ નહિ. પણ આ પુસ્તકના પ્રકરણો તમને વિચારતા તો જરૂર કરી જ મુકશે, એ નિર્વિવાદ બાબત છે.

નાનાં નાનાં પ્રકરણો માં ઉઝરડા પાડી નાખે એવા શબ્દોતો મળશે જ. આમ પણ, મારી કલમને જેઓ જાણે છે તેઓને ખ્યાલ છે કે મારી કલમ શરૂઆતથી જ ધારદાર રહી છે. મારા વિચારો રજૂ

કરવાની આ જ રીત છે. જુવાની આને નહિ તો કોને કહેવાય? વાતો વાતોમાં વાત અને વાત પર ચર્ચા કરીશું કેમકે ચાય પર ચર્ચાતો મોદી સાહેબ કરે છે! કોઈ પણ પ્રકરણની કોઈ પણ બાબત કોઈ એક વ્યક્તિએ અનુલક્ષીને આલેખાયેલી છે જ નહિ. ક્યાંક ને ક્યાંક કોઈના વાણી, વર્તન, પરિસ્થિતિ અને વ્યક્તિત્વનું આવલોકન કરીને નીયોવેલો રસ છે. મને જે યોગ્ય નથી લાગતું તેનો વિરોધ શિષ્ટ રીતે કરવામાં હું જરાપણ ખચકાટ અનુભવતો જ નથી. અપમાન કરવું મારો ઈરાદો ક્યારેય હોતો જ નથી પણ ગોળ મિશ્રિત સત્ય ઉચ્ચારવામાં હું ક્યારેય પોતાને પાછળ મૂકી શકું એમ નથી. આ પુસ્તકના દરેક પ્રકરણને "ચીંટિયો" પૂર્વગથી શણગાર્યું છે કારણકે, આ બધી બાબતો આપણા દંભી અને ઈર્ષ્યાળુ સમાજ માટે સણસણાતા ચીંટિયા સમાન જ લાગવાની છે જે હું બરોબ્બર જાણું છું. પણ, પ્રાણ ને પ્રકૃતિ સાથે જ જાય એ ન્યાયે હું મારી કલમને સળગતી રોકી શક્યો નથી, તે ધૃષ્ટતા માટે ક્ષમાપ્રાર્થી છું!

મારું પ્રથમ પુસ્તક- _**"યુવાન્યાસ"**_ અને બીજું પુસ્તક _**"હેબિટ ની હાર્ટબીટ્સ"**_ સહુના પ્રેમ અને સહકારથી સફળ થયાં. મારા આ ત્રીજા પુસ્તકની રચનામાં પાયાનું યોગદાન આપનાર સહુને આ તકે વંદન કરું છું. ઈષ્ટદેવ હાટકેશ્વર દાદા, માં આશાપુરા, આ અંબિકા ની સતત પ્રેરક દોરવણી અને શ્રી રામકૃષ્ણ પરમહંસદેવ, માં શારદામણિ દેવી અને યુગ પુરુષ સ્વામી વિવેકાનંદજીની અસીમિત કૃપા આ કાર્ય માટે અલૌકિક શક્તિપાત કરી રહી. સહકાર અને માર્ગદર્શન એ કોઈ પણ નવીન યાત્રાના માઈલસ્ટોન સમા તત્વો હોય છે. આ તત્વોની સરવાણી બાળપણથી જ ફૂટી નીકળે છે. મારા પિતા શ્રી પરેશભાઇ અંતાણી અને માતા શ્રીમતી મીતાબેન અંતાણીની કેળવણી, સંસ્કાર અને સમજણે મને એ લાયક બનાવ્યો જ્યાં આજે હું છું. તેમનું ઋણ ચૂકવવાનું મારા માટે શક્ય જ નથી. જીવનની ગાડીના બે પૈડાં હોય છે. બંને વચ્ચેની સામ્યતા જીવન ગાડીને સ્મૂધ ચલાવે છે. મારા શ્રીમતીજી પલક અંતાણી વાસ્તવમાં મારી આ યાત્રાનાં સારથી છે.

કોઇ હિયકિયાટ વગર ક્રિટિકલ કૉમેન્ટ્સથી મને વધુ ને વધુ વાચ્ય બનાવનાર તેઓ મારા લેખન ક્ષેત્રના ઘડવૈયા છે. હેટ્સ ઓફ ટુ હર. મારી ઢીંગલી શ્રાવ્યા, નાનકડી પણ મને સમજનારી છે. તેનો સાથ મારા માટે અમૂલ્ય છે. મારાથી હજ્જારો કિમી દૂર કેનેડામાં રહીને પણ મને એક એક ક્ષણે સાથ આપનાર મારા વહાલા ભાઈ નચિકેત અને એમના શ્રીમતીજી રિદ્ધિ મારા માટે અદભૂત શ્રદ્ધા ધરાવે છે. આવો ભ્રાતા પ્રેમ મળવો મારા માટે અમૃત વરદાન થી પણ વિશેષ છે. આ પુસ્તક લખવા માટેના પ્રયાસને તીક્ષ્ણ સ્વરૂપ આપી,પોતાના વ્યસ્ત કાર્યક્રમમાંથી સમય કાઢી, આખું પુસ્તક વાંચીને મને શુભેચ્છા શબ્દો આપી, કૃતકૃત્ય કરનાર ગુજરાતી સિનેજગતના જ્વલંત સિતારા - પ્રખર વક્તા- ઉમદા લેખક અને મારા જૂના મિત્ર શ્રી હર્ષલભાઈ માંકડ "હેયાન"નો આભાર માનું એટલો ઓછો છે!આ તકે સહુ ને હૃદય થી વંદન. મારી સાથે જોડાયેલા સહુ જાણ્યા અજાણ્યા મિત્રો અને હિતેચ્છુઓને મારા પ્રણામ. હવે, શરુ કરીએ આપણી આ રોચક સફર અને કરીશું બસ... સીધી વાત.....

****

બે શબ્દ સર્જક વિષે

આ કૃતિ ના સર્જક દિવ્યમ પરેશકુમાર અંતાણી, મૂળ ભુજ ના વતની. તેઓ ૧૧ ઓગસ્ટ ૧૯૮૭ના ભુજ-કચ્છમાં જન્મેલા અને હાલ જૂનાગઢ નિવાસ કરે છે. વનસ્પતિ શાસ્ત્રમાં ગ્રેજ્યુએટ થયેલ દિવ્યમ ૨૦૦૯થી ૨૦૧૨ દરમિયાન ગુજરાત સરકારના રેવેન્યુ ડીપાર્ટમેન્ટમાં રેવેન્યુ ક્લાર્ક તરીકે કાર્યરત રહ્યા. ૨૦૧૨માં બેંક ઓફ બરોડામાં પસંદગી પામી,ઓફિસર તરીકે હાલમાં કાર્યરત છે. સામાન્ય રીતે એમના અભ્યાસ અને વ્યવસાયને સાહિત્ય સાથે સ્નાન સૂતકનો સંબંધ નહિ. પણ એક નાગર બંધુ હોવાથી, આમ સાહિત્ય એમના સંસ્કારો અને વ્યક્તિત્વ સાથે વણાયેલું. લગભગ બાલ્યકાળ થી ઝીણું ઝીણું લખતા રહેવાના આદિ દિવ્યમ ની કૃતિઓ ધણી નોંધપાત્ર વેબસાઇટ્સ ઉપર પ્રકાશિત થઇ છે. ૨૦૦૫ની સાલમાં ગુજરાત કક્ષાએ વક્તૃત્વ સ્પર્ધામાં અવ્વલ સ્થાને રહી, એમની વાકછટાનો પણ પરિચય આપ્યો છે. હાલમાં પણ સમયની થોડી ખોટ અને વિકટ નોકરી સાથે પણ એમનો સાહિત્ય તરફ ઝુકાવ અકબંધ રહ્યો છે. વધુ કહેવા કરતાં એમની કૃતિ માણવી વધુ આનંદદાયક રહેશે. સતત કંઈકને કંઈક નવું કરતા રહેવાની તેમની આદતમાં આ પુસ્તક એક નવું પ્રકરણ છે. એમનું પ્રથમ પ્રકાશિત પુસ્તક આપણને સહુને તેમની ધારદાર કલમ બળવાખોર વિચારોની ઝલક આપે છે. સીધી અને સ્પષ્ટ વાત કરવાની તેમની આદત હોવાથી બહુ સીમિત મિત્રમંડળ ધરાવતા લેખક, પોતાની પેન ને પોતાની વાણી બનાવીને રજૂઆત કરવામાં પારંગત છે. એમની કૃતિ વાંચવાથી આનંદ સાથે કદાચ આંખ ખુલવાની સ્થિતિ પણ સાંપડે. ધન્યવાદ.

****

પ્રકરણ દર્શક

યીંટિયों-૧

<u>જીભની જીભાજોડી</u>

જીભ! સાલી સહુથી હલકટ વસ્તુ. હાડકા વગરનું અંગ. ડાહ્યી કહેવતો પ્રમાણે જીભ બગાડે અને જીભ જ સુધારે! એનો ઉપયોગ કોણ, કેમ, ક્યારે કરે છે તેના પર જ બધો આધાર છે. પણ, મોટાભાગના કિસ્સાઓમાં જીભની કરવતનો ઉપયોગ છોડિયાં પાડી દેવા માટે જ કરવામાં આવે છે. વાક્યોનો ઉપયોગ આપણે આપણું દોઢડહાપણ છલકાવવા, બીજાને નીચું દેખાડવા, અન્યની કટુ નિંદા કરવામાં, અન્ય લોકો સાથેનો મતભેદ છતો કરવા સિવાય કરતા હોઇએ એવી દિવસની દસ ઘટનાઓ શોધીને એક કાગળ ઉપર લખજો. શેર પણ કરજો પાછા! નહિ મળે બહુ. આપણે પસંદ જ નથી પડતી આવી બાબતો. જીભના ચટાકા ખાલી વાનગીઓને જ નહિ, વાક્યોને પણ વળગીને કરે છે. ડબ ડબ કરતી નાની ડાબલીમાં બેઠેલું આ સોઇ જેવું અંગ ખૂંચવામાં વાર નથી લગાડતું.

આપણને કેવી આદત છે ખબર છે? આપણને અણગમતી બાબતોનો વિરોધ જોરશોરથી કરવાની. ત્યારે શબ્દોની ચૂંટણી કરવાની બુદ્ધિ આપણી બહેર મારી જાય છે. એક વખત ફટફટી શરુ થાય પછી એને રોકવા ગમે તેવી ડિસ્ક બ્રેક પણ ફેલ જાય. પાછળથી અફસોસ કરનાર દરેક વ્યક્તિ મૂર્ખ જ સાબિત થાય છે. હંમેશા શબ્દોની મશીનગન ચલાવવાથી વિજય મળે એવી વિચિત્ર માનસિકતાને પોષણ આપણે આપતા રહીએ છીએ. પણ આને આપણા મગજને ડસ્ટબીન બનાવી, તેને બકવાસનો ખોરાક ના આપીએ, તો એ કંટાળવા માંડે એવી વાહિયાત ટ્રેનિંગ આપીને બેઠા છીએ. આપણા શબ્દોથી આપણું વ્યક્તિત્વ છતું થાય છે. આપણા

માતા પિતાની શિક્ષા અને પરિવારનું વાતાવરણ ઝળકે છે. બ્રેક વિનાની ગાડી જેમ દોડતા રહેવાથી માત્ર અકસ્માત જ થાય. શું એટલું એ આપણે સમજી ન શકીયે?

એક વાત બહુ જાણીતી છે. ચીનમાં એક ઝેન એક ગુરુજી પાસે એના શિષ્ય બનવા માટે એક વ્યક્તિ આવ્યો. ગુરુજીએ બધી વાત સાંભળી, તેની સામે એક શરત મૂકી. ગુરુજી બોલ્યા " હું તમને ૧૦ દિવસ એક ગામમાં મોકલીશ. ત્યાં ૧૦ દિવસ રહીને પાછા આવશો એટલે હું તમને દીક્ષા આપીશ." પેલો વ્યક્તિ તૈયાર થઇ ગયો. ગામમાં જઈને રહેવા લાગ્યો. ૨-૩ દિવસમાં તે ગામ લોકો સાથે ભળવા લાગ્યો. રોજ સાંજે ગામલોકોને ભેગા કરી, પોતાની વાતો સંભળાવવા લાગ્યો. એક વખત શરુ કરે એટલે બે ત્રણ કલાક સુધી અવિરત બોલતો રહે. તેમાં વાત હોય પોતાની બડાઈની, સાંસારિક જીવનની હીન બાબતોની અને સંસારી લોકોની તુચ્છતાની. ૧૦ દિવસમાં ગામલોકો કંટાળી ગયા ને એનું માન ઘટવા લાગ્યું. ૧૧મા દિવસે ગુરુજીએ તેની સામે ગામલોકો પાસેથી તેમના પ્રતિભાવો લીધા. આશ્ચર્ય સાથે તમામ ગામલોકોએ તેને નાપસંદ કર્યો! તેની વાણી પ્રેરણાત્મક કરતાં ધૃણાત્મક વધુ હતી તેમ જાહેર થયું. ગુરુજીએ સમજાવ્યું કે, પોતાની કિંમત ઘટાડવા માટે જીભ કેવું પરિબળ સાબિત થઇ શકે છે. પછી પેલો વ્યક્તિ સમજ્યો અને સુધારવાની બાહેંધરી આપી. આપણે સુધરવા માટે આટલી મથામણ કરવાની ક્યાં જરૂર જ છે? આપણે બધું સમજીએ છીએ તો પણ અનુકરણ કરી નથી શકતાં, કેમ?

દર વખતે ભડભડ જોરશોરથી થાય એવું જરૂરી નથી હો! કેટલાક ચોકલેટિયા ચબરાક મિત્રો એટલે પ્રેમથી શબ્દોના ભાલા ઉગામે, કે સામેનો માણસ હોંશે હોંશે ઘાયલ થઇ જાય! સાચું કહું તો, હું આવી જ પ્રકૃતિનો માણસ છું. પ્રેમથી વેંતરવાની કળા શીખવા જેવી છે. ગરમ ગરમ લોઢા પાર છમ્મ કરતું પાણી પડે અને લોઢું ઠરી જાય એમ

સામેની વ્યક્તિ વિવાદ કરવાનો જુસ્સો ગુમાવી બેસે! બાજી આપણી! જયારે વિરોધ પક્ષને વિવાદમાં જીતવો શક્ય ન હોય કે, વિવાદ ટાળવાની ઇચ્છા થાય ત્યારે આ બરફની છરી વાપરવા જેવી ખરી! ઢીશુમ...ઘડામ...ઘમ્મ... ખેલ ખતમ! પ્રેમથી પોતાનું કામ કરાવવું અને સામે વાળાને જીભનો પ્રહાર પણ ન કરવો પડે એવી નીતિ ઘડવી એ ચતુર મગજનું કામ છે.

સતત જીભને શ્રમ આપવો એ એના પર અત્યાચાર છે. સારું છે કે, જીવ દયા કેન્દ્રો ની માફક જીભ-દયા કેન્દ્રો નથી. નહીંતર આપણે સહુ અદાલતના પગથિયાં ઘસતાં હોત! સતત આપણી જૂની પુરાણી વાતોનું પુનરાવર્તન બીજાને ભયંકર ત્રાસ ઉપજાવે છે. કદાચ તમારી વાત સાચી હોય, તો પણ એક જ બકવાસથી સામેનો વ્યક્તિ તમને કરાટેના બે-ત્રણ દાવા દેખાડવાના બહાને પાડી દે તો નવાઇ નહિ! વાક્યો, બાબતો અને શબ્દોની કિંમત વારંવાર દર્શન કરાવવાથી શૂન્ય થઇ જાય છે એ સમજવું મનુષ્ય મગજ માટે જરાપણ કઠણ નથી.

હા, ચોક્કસ વિરોધ કરો. ખોટું સહન કરે મારી જૂતી! પણ, પરિસ્થિતિ, વિરોધપક્ષ, વાસ્તવિકતા અને પોતાની કેડર જોઇને સૂર લગાવવો. આપણી બકવાસથી કોઇને રતીભાર પણ ફેર પડતો નથી. આલિયા માલીયા કેટલાય બોલ્યા કરે છે. બધાને જવાબ આપવો જરૂરી સમજવામાં આવતો જ નથી. દુનિયામાં કોઇ સંબંધ એવો નથી, જેના વગર જીવી ન શકાય. હાથે કરીને પોતાના અને પોતાની આજુબાજુના સંબંધોને તૂટવાની કગાર પર લાવી મૂકવા કરતાં ચૂપ બેસવાની કે જરૂર પૂરતું બોલવાની ક્ષમતા વિકસાવવામાં મનુષ્ય જાતને હિમાલય ચડવા જેટલી તસ્દી લેવી પડે એમ હોય એવું હું સમજતો નથી! આપણી ગણના પ્રાણીઓમાં કરાવવાનો હર્ષ છલકાતો હોય, ત્યારે જ નિરંતર બકબક કરવી ઇચ્છનીય છે. એક હદ પછી આપણા પ્રથમ સર્કલના લોકો પણ શરૂઆતમાં મન માં અને

પછી છડેયોક ઘિક્કારશે. કોઇ માણસ પોતાની વૃત્તિઓ ઉપર સમયવર્તે સાવધાન ન થાય તો તેનો મનુષ્યપણાનો ટેસ્ટ કરવો જોઇએ.

હું પણ પૃથ્વી ઉપર જ જન્મ ધારણ કરનાર જીવ છું. મારી પણ આ મર્યાદાઓ છે, જેની મને જાણ છે. આપણામાંથી જ ઘણા સભ્યો એ વાત વાત સ્વીકારવા તૈયાર જ નથી. સુધારવાનો પ્રયત્ન શરુ કરવો એ પણ એક મોટી બાબત છે. ઉત્ક્રાંતિ એક ક્ષણ નો જાદુ નથી, પણ ક્યાંક ને ક્યાંકથી તેની શરૂઆત કરવી જરૂરી છે. શબ્દો એ સોનાના ટુકડા જેવા છે. જેમ તમે ઘરેણાં ને તોડી ને ગમે ત્યાં ફેંકી નથી દેતા, તેમ જ શબ્દો પણ ગમે ત્યાં ઉલાળી નાખવાની ચીજ છે જ નહિ. જ્યાં દેડકાઓ બોલનારા હોય, ત્યાં મૌન જ હિતાવહ છે. આપણી લાયકાત અનુસાર શબ્દો ચોક્કસ વાપરીએ પણ, તેના આરોહ-અવરોહ સમયાનુસાર પરિવર્તિત થવા જોઇએ. નહીંતર, ફરીથી એટલું યાદ રાખજો, તમારા શબ્દોથી કોઇ ને કોઇજ ફેર પડતો નથી! "ઠીક લાગે એમ કરો" એમ કહેવામાં પોતીકાં પણ પછી જરાય શરમાશે નહિ. પોતાની આબરૂ પોતાના હાથ માં! અંતે તો આપણે સમજુ છીએ ને...

****

ચીટિયો-૨

<u>*આદર્શવાદની અંધાધૂંધી*</u>

આપણને દરેક વસ્તુઓને આદર્શવાદને ત્રાજવે તોલવાની ભયંકર ડિપ્રેસિંગ આદત પડી ગઇ છે. કદાચ આ લેખકની માનસિકતા તમને વિચિત્ર લાગશે, અને તમે તેમાં કદાચ સાચા પણ હશો. આઇ કાન્ટ એક્સપ્લેઇન. પણ, એક વખત આ વિચાર મગજ માં દોડાવી જુઓ. શું આપણે આદર્શ ઘર, આદર્શ પત્ની, આદર્શ નોકરી, આદર્શ બાળકો, આદર્શ સ્વાસ્થ્ય, આદર્શ પરિવાર...બ્લા...બ્લા...બ્લા.. નથી ઝંખતાં? બધું મળે છે કોઇને? એને મેળવી ન શકવાથી જન્મે છે અભાવની લાગણી. આ આભાવથી શું જન્મે છે? અસંતોષ. યાદ રાખવા જેવી વસ્તુ એ છે કે આ સ્થિતિથી આપણા બાળકોમાં એક નવા બાળકનો ઉમેરો થાય છે- ડીસ- સેટિસ્ફેકશન. બહુ વધુ પડતી અપેક્ષાઓ રાખતો વર્ગ આમાં સમાવિષ્ટ થાય છે. યંગ જનરેશન હવે ભલે અતડી કે સ્વાર્થી લાગે, પણ એને આવા આદર્શવાદની ઇચ્છાને પેસિફિકના તળિયે પધરાવી દીધી છે. કદાચ એટલે જ તેઓ મુક્ત વિહરતા પંખી જેમ ખુશ રહી શકે છે.

એવી આપણી અગાધ ક્ષમતાઓની એક યાદી બનાવીએ, જેના લીધે યા તો આપણે તમામ આદર્શ ઘટનાઓને લાયક છીએ અથવા કોઇ ઘટનાને આદર્શ બનાવવા સક્ષમ છીએ. જયારે આપણે કોઇ ઘટના- પરિસ્થિતિ- વ્યક્તિ- સ્થળ- કાળમાંથી ખોયરા-ભૂલો- કાઢવાની આદતને અલવિદા કહીએ એટલે ઓટોમેટિક પરિસ્થિતિ લ..લ...લા..લ..લા.. જેવી ચમક ચમક બની જાય છે. કોઇ ક્ષતિ રહિત અવસ્થા એટલે આશીર્વાદ, બરોબર ને? રહેવા ધો..મારું-તમારું કામ નહિ. બેઝિક માનસિકતા જ આપણી ભૂલોની ભરમાર શોધવાની છે.

તૂમડાં બદલીએ તો થાય! બાકી આપણે બદલવાના નથી. હકારાત્મક ઘટનાઓને ઓવરટેક કરી, લબાડીયા વિચારો માટે વેલકમ મેટ પાથરીને બેઠા છીએ.

આવી, ગજબનાક, હાથે કરીને આગ લગાડતી પરિસ્થિતિઓ ઉભી કરવામાં મોગેમ્બો છાપ રોલ હોય તો મારા મતે ટીવી સીરિયલ્સ અને ફિલ્મ્સ. હું તેમનો જરાય વિરોધી નથી. હોંશે હોંશે થિએટરની મોંઘીદાટ ટિકિટો ચટકાવીને વીસના પોપકોર્નના પચાસ આપીને જલસી મારનારા વર્ગમાં જ મારો સમાવેશ થાય છે. પણ હજુ મગજમાં એક વાત ફિટ બેઠી જ નથી. સાલી, એમાં દરેક વાત બેસ્ટ હોય બોલો! બેસ્ટ સંબંધો, બેસ્ટ પ્રેમ, બેસ્ટ માતા-પિતા, બેસ્ટ-દુશ્મન, બેસ્ટ કૂતરાં, બેસ્ટ બિલાડાં...વગેરે વગેરે. એ લોકોને આવી હસ્તીઓ ચીતરવાની પ્રેરણા ક્યાંથી મળતી હશે? હમ તો ઢૂંઢ ઢૂંઢ કે થક ગયે ભાઈસાબ! "જા...સિમરન... જી લે અપની ઝીંદગી" એમ કયો બાપ પોતાની દીકરીને જાણી જોઈને ધીમે ધીમે દોડતી ટ્રેન તરફ ધકેલીને કાંઈ સમજ્યા વગર કહી શકે? હું તો બહુ રખડ્યો લોકલ ટ્રેન થી રાજધાની અને દૂરંતો થી ગતિમાન સુધીની ટ્રેન માં.. મેં તો આવો મેલોડ્રામા ક્યાંય કોઈ સ્ટેશનમાં જોયો નથી! આમ કહે, તો ડેડી સારા; બાકીય ડેડી નહિ, ડેની ડેન્ગ્ઝોપ્પા? કમાલ હો ગયા!

રુમઝુમ કરતો વરસાદ, નાચતાં હીરો હિરોઇન અને ઢીંચાક-ઢીંચાક મ્યુઝિક. આપણામાંથી ખરેખર આવા વેવલાવેડા કર્યા હોય એ હાથ ઊંચો કરે. હું રહી ગયો આ બધું કરવામાંથી! લગન ના ૧૩ વર્ષ થયા તોય આવા ધંધા કર્યા નથી. "જલા કર રાખ કર દૂંગા" વાળો હીરો વાસ્તવમાં ઘરે દીવાસળીએ નહિ ફૂંકતો હોય. કોઈવાર કોઈને એક મુક્કી મારી જૂઓ જોઈએ. આપણી પાંચેય આંગળીઓના ટચાકા સૂતળીબોમ્બની જેમ ફૂટશે અને ઓલો સિક્સ પેક ચોકલેટી હીરો ઉડી ઉડીને બધાને ચકલી બનાવતો હોય! વ્હોટ રબ્બીશ!

જોવાની મજ્જા પડી જાય પણ, વાંધો ત્યારે આવે કે જયારે આપણે આવા બેસ્ટમબેસ્ટની અપેક્ષા રાખવા લાગીએ. બાબુમોશાય! લિમિટમાં રહો! દુનિયા વાસ્તાવિકતાની ધરી ઉપર ચક્કર લગાવે છે. તેમાં આવા વાહિયાત સીન માટે જરાય જગ્યા નથી. જે તમારી આસપાસ છે, એ જ સાચું છે. ઇડિયટ બોક્સમાં ધૂસીને સાચી ઝીંદગીમાં પલીતો ચાંપવો નરી અક્કલમઠ્ઠાઇ છે.

મિત્રમંડળ, આપણી પરિસ્થિતિ આપણે જેટલી હદ સુધી ડિઝાઇન કરી શકીએ, એટલી જ કરીએ. બાકીનું છોડો ને યાર! પડશે એવા દેવાશે એવી વિચારસરણી આપણી આજ ને તો ૧૦૦% શાંતિમય બનાવશે જ. જે પરિસ્થિતિ છે, તે સ્વીકારવા સિવાય અપુન કર ભી ક્યા સકતા હૈ ભીડુ! આદર્શવાદ ક્યારેય આસ્તિત્વમાં ન હતો, વર્તમાનમાં નથી અને ભવિષ્યમાં પણ નહિ જ હોય. અવરોધ વિના તો સૂર્યપ્રકાશ, પવન અને પાણી પણ નથી ચાલતાં. તો આપણી ઝીંદગી કેમની ચાલે? જે ચાલે છે એને ઓછા અવરોધે કેમ ચલાવવી એ કળા છે. વાણી-વર્તન-કર્મ આ બધાથી અવરોધો ઘટી શકે છે. આદર્શવાદની અપેક્ષા- કોઇપણ જાતની- ક્યારેય પણ- શાંતિ આપી શકતી નથી. ડાહ્યી ડાહ્યી વાતોને કોરાણે મૂકી, આદર્શવાદને ડસ્ટબીનમાં ફેંકી, વર્તમાન પર જીવીએ તો જ ખરી મઝા છે. આપણી આસપાસ બનતી અને વણાતી ઘટનાઓ આપણાં માટે આદર્શ જ છે. માંડવાળ કરવાની વાત નથી. જો ખુશ રહેવું હોય તો, આ તથ્ય સમજવું જરૂરી છે. એક્સેપ્ટન્સ ઇસ દ કી. ફિલ્મો- સિરિયલો- સોશિઅલ મીડિયામાં આવતા ડીંડક માત્ર છળ છે. સારું છે કે ખરાબ- વાસ્તવિક ચિત્ર જલ્દીથી સ્વીકારી લઇએ, એમાં જ આપણી ભલાઇ છે. આપણાં ડબકાંથી જો કઇ ફેર પડે તો પાડવાનો, બાકી શાંતિથી ખૂણો પકડી, મોજમાં રહેવું...મોજમાં રહેવું...મોજમાં રહેવું રે....અંતે તો આપણે સમજુ છીએ ને!

****

ચીંટિયો-૩

કાયા રે કાન તમે..

બે મિત્રો લગભગ ૪૦ વર્ષ પછી ભેગા થયા. બંને વચ્ચે ૪૦ વર્ષથી અબોલા હતા. અચાનક સામસામે આવી જવાથી હવે બોલવા સિવાય બીજો રસ્તો ન હતો. એક સમયે બંને જીગરજાન મિત્રો હતા પણ અચાનક કોઈ એવી સ્થિતિમાં બંને એ એકબીજાનો ચહેરો ન જોવા ના સમ ખાઇ લીધા! આજે જયારે તેઓ મળ્યા ત્યારે બંને વચ્ચે વાત થઇ. એક મિત્ર એ બીજાને પૂછ્યું કે, તે મારા વિષે પહેલી અફવાહ કેમ ફેલાવી હતી? મેં એવું ક્યારે કર્યું હતું? બીજો મિત્ર કહે કે તે મારા મોઢેથી એ વાત સાંભળી હતી? કે કોઈ ત્રાહિતએ તને એ જણાવ્યું હતું? જો તે કોઈ આધારભૂત વ્યક્તિ પાસેથી એ ના સાંભળ્યું હોય તો તે વિશ્વાસ કેમ કર્યો? સ્પષ્ટતા કરવા માટે મારા કરેલા દરેક પ્રયત્નોને તે કેમ અવગણ્યા? એક વાર પણ તે વાતની સચ્ચાઇ જાણવા ની કોશિશ એ ના કરી? આખો દિવસ સાથે રહેતા મિત્ર વિષે કોઈએ એક વાર કોઈ પાયા વગરની રજૂઆત કરી દીધી અને તે માની પણ લીધી? આટલા કાચા કાન તારા? આટલી જ વિવેકબુદ્ધિ? એક જરાક ગેરસમજએ આપણા મિત્રતાના ૪૦ વર્ષો ઉપર પડદો નાખી દીધો!

માણસની બહુ અગત્યની જ્ઞાનેન્દ્રિય છે કાન. જેટલું ઇનપુટ આંખનું હોય એટલું જ ઇનપુટ કાનનું પણ હોય છે. મગજ સાથે તાલમેલ બેસાડવા માટે કાનની મહત્તા આંખથી ઓછી નથી. પણ મુશ્કેલી એ છે કે, આપણે આપણા કાન હંમેશા કોઈકને ભાડે આપી દઇએ છીએ. કાનને ક્યારેય સારું સાંભળવું ગમતું જ નથી કે આપણે એને એવી ટેવ જ નથી પાડી કે એ સારું સાંભળે. અને જો સારી વાતો એના પડદા ઉપર પડે પણ, તોએ એને ઉડી જતા વાર નથી લાગતી.

આપણા અર્ધજાગૃત મનનો દરવાજો કાનમાંથી થઇને જાય છે. અર્ધજાગૃત મનની શક્તિઓ વિષે ઢગલા મોઢે વિડિઓઝ અને બૂક્સ મળી જશે. આ મનની અગાધ શક્તિઓનો ચેક પોઇન્ટ કાન છે. આપણે આ ચેક પોઇન્ટ ઉપરજ કોઇ પહેરો નથી ગોઠવ્યો. કોઇનું કહેલું સાંભળવું અને એ સાંભળેલાને રાજા હરિશ્ચંદ્રની વાણી સમજી ને સત્યતા નો ઠપ્પો મારી દેવા જેવી બેવકૂફીભરી કામગીરી ૨૪ કલાક કરીએ છીએ. જરાપણ વિવેકબુદ્ધિનો ઉપયોગ કર્યા વગર. સંબંધો-પારિવારિક કે પ્રોફેશનલ- નો ભુક્કો બોલાવીને આપણે જે રાજીપો અને જયકાંત શિકરે જેવા અહંના સંતોષનો ઓડકાર ખાઇએ છીએ તે આપણી ટૂંકી બુદ્ધિનું તૈલચિત્ર છે.

આપણને ઇશ્વરે બે કાન આપ્યા છે. કાનની એનાટોમિકલ રચના જે હોય તે, મને તો સમજાતીએ નથી એ, પણ વાસ્તવમાં કાન માંથી ૩ રસ્તાઓ જાય છે. એક જાય છે મગજ તરફ. બીજો હૃદય તરફ અને છેલ્લો રસ્તો સીધો સામેના કાન તરફ થઇને બહાર! કોઇ પણ વાત આ ૩ રસ્તાઓમાંથી પોતાનો સાચો રસ્તો પસંદ કરીને આગળ વધે તો જ શાંતિ ને સુરક્ષા જળવાય છે. બધી વાતો મગજ માટે, બધી દિલ માટે કે બધી બીજા કાનનો બાયપાસ રૂટ પકડવા માટે હોતી નથી. તેનું વિશ્લેષણ કરી, આપણે જ નક્કી કરવું પડે છે કે વાતનો ટ્રેક કઇ તરફ વાળવો. પરિવાર સાથે સંબંધિત વાત જ્યારે દિલ ને બદલે દિમાગ તરફ જાય ત્યારે અહંકારના સ્પીડ બ્રેકર આવે અને વિચારો ડગમગી જાય. એ જ રીતે જો બિઝનેસ કે નોકરીની ઘટનાઓને દિમાગને બદલે દિલ તરફ વાળીએ તો, દિલ તો બચ્યા હૈ જી, ટેન્શન આવી જાય! દિલનો રસ્તો તો સુંવાળો છે. લપસી જવાય! આપણી આસપાસ એવા અઢળક લોકો છે જેની બકવાસ અને કૂતરાઓનું ભાઉ....ભાઉ... બંને સરખાં જ હોય.. તેમને સીધે સીધો બીજા કાનનો રસ્તો ન બતાવીએ તો દિલ-ઓ-દિમાગ જામ થઇ જાય! ઓલ દ લાઇન્સ ઇન ધીસ રૂટ આર બીઝી! આ વિચારોનો જામ કાંઇ ટ્રાફિક બ્રિગેડના જવાનો ન સુલઝાવી શકે! સમજાય છે વાત?

આપણને કુદરતે અણમોલ ભેટ આપી છે- મગજ! પણ એનો સહુથી ઓછો ઉપયોગ કરીએ છીએ આપણે. કાનમાંથી આવતી દરેક વાતોનું વિશ્લેષણ કર્યા વગર દિમાગને જરાય તસ્દી ના પડે તે રીતે ભરોસો કરી બેસીએ છીએ. એના પરિણામો વિષે વિચાર કરીએ તો તો મગજ થાકી જાય, કેમ? દરેક જ્ઞાનેન્દ્રિયને કોમનસેન્સના બેરીકેટની પાછળ રાખીને વાપરવી જોઇએ. કોઇ પણ સંબંધનો પાયો સમજણ છે. સમજણ એ જ નારાયણ છે. અણસમજુ વાણી, વર્તન કે પ્રતિભાવ હંમેશા નકારાત્મક પરિણામ જ ઉપજાવે છે. જ્યારથી પોતાની સમજ વિકસી જાય ત્યારથી જ માતા પિતાએ પોતાના સંતાનોને આ બાબત શીખવવી જોઇએ કે બધું સાંભળેલું સાચું માનવું એ મૂર્ખતા છે. એનાથી પણ વધુ, આપણાંમાંથી ધણા લોકો, ખાસ કરીને શ્રવણશક્તિ જેમની ક્ષીણ થઇ ગઇ છે તેવા વડીલો માત્ર એ જ સાંભળે છે, જે તેમને સાંભળવું હોય છે. એ સિવાયની બધી જ વાતો કાનના બાયપાસ રુટ ઉપર દોડી જાય છે. આનાથી પારિવારિક પ્રશ્નો એટલા વિકટ બને છે કે બિનજરૂરી કંકાસ અને અંતે વિભાજન જ થાય છે. બહુ ગંભીર મુદ્દો છે આ. આમ તો ઉંમરને આ બાબત સાથે ખાસ લેવાદેવા નથી. પોતાના કાનને દસ્ટબીનનું ખુલ્લું ઢાંકણું બનાવીને રાખવાનું છે? જે આવે તે જોયા વગર અંદર? અતિ કોમ્પ્લિકેટેડ અને સુંદર મન ને ગટરમાં ફેંકી દેવા જેવી મૂર્ખામી આપણે કૂદતાં કૂદતાં કરીએ છીએ બોલો!

પ્રિય વાંચકો, કાને સાંભળેલી વાતો ઉપરથી ઝઘડા, કંકાસ, વેર-ઝેર એ ઇડિયટ બોક્સ તરીકે ઓળખાતા ડબ્બાની દેણ છે. ત્યાં પણ આપણું વિવેકભાન ધાસ ચરવા જતું રહે છે અને સીરીઅલ્સમાં સાંભળેલું આપણે પોતાની લાઇફ ઉપર મારી-મચકોડીને બંધ બેસાડીએ છીએ. બંધ બેસતી ટોપી પહેરીને હાથે કરીને શાંતિ સુંદર જીવનમાં પલીતો ચાંપીએ છીએ. કાનના મેલની સફાઇ પૂરતી નથી. કાનમાં ધૂસતી વાતોનું ફિલ્ટર હજુ ઓનલાઇન સ્ટોર્સ પર નથી મળતું. કારણકે, કાનમાં ભંગાર વાતો ધૂસાડવાનું એક મોટું બજાર છે. લાખો

લોકો એમાંથી કમાણી કરે છે. આપણે વિદ્વાન લોકો એને રૂપિયાના ઢગલા કરી દઇએ છીએ. પોતાના સંબંધોની માવજત નાના છોડ જેમ કરવી પડે છે. એક નાનકડું વાવાઝોડું એને ઉખાડીને ફેંકવા માટે સક્ષમ છે. પણ, જો એની આસપાસ આપણે જાળીથી રક્ષક આવરણ ગોઠવ્યું હોય તો, મજાલ છે વાવાઝોડાની કે એને અડી પણ શકે? સંબંધ કોઇ પણ હોય, પતિ-પત્ની, પિતા-પુત્ર, માતા-પુત્રી, મિત્ર મંડળ, દરેક માં આ ફોર્મ્યુલા નંબર ૪૪૪ કામ આવશે જ. વાતને એનાલિસિસ કરી, સત્યતા ચકાસીને એન્ટ્રી આપવી અને ઘૂસ્યા પછી પણ એને રાઈટ ટ્રેક ઉપર જવા દેવી એ સંપૂર્ણપણે આપણા જ હાથમાં છે. જેમ રેલવેના ટ્રેક સમયસર ચેન્જ થાય તો જ ટ્રેન જંકશનથી નીકળીને પોતાના ગંતવ્ય તરફ ઉપડી શકે એ જ રીતે અહીં પણ સિગ્નલિંગ અને ટ્રેક મેન્ટેનેન્સનો સ્ટાફ નિયુક્ત કરવો અનિવાર્ય છે. કાયા કાનનું પરિણામતો ભગવાન રામએ પણ વિકટ સ્વરૂપમાં ભોગવવું પડ્યું હતું. આપણી વિસાતતો એમની સામે કાંઇ છે કે નથી એ જાહેર કરશું તો શરમ આવશે! કાનની સાફ સફાઈ કરી, દૈહિક અને બૌદ્ધિક બંને રીતે એને સ્વસ્થ રાખવા એ સુંદર જીવનની કુંજી છે. દૈહિક કાન પાકવા ના જોઈએ અને બૌદ્ધિક કાન કાયા ના રહેવા જોઈએ એ મેનેજમેન્ટ કરવું જ રહ્યું. અંતે તો આપણે સમજુ છીએ ને....

****

ચીંટિયો-૪

તેરે ચહેરે મેં વોહ જાદૂ હૈ...

ક્યારેય તમારી સાથે એવું બન્યું છે કે તમે જરકસી ઝામા પહેરીને વિશાળ દરબારમાં પ્રવેશતા હો અને "હોંશિયાર! ખબરદાર! યારો કે યાર! બડે દિલદાર! શહેનશાહ, અલમપનાહ.. ફલાણા....ઢીંકણા... પધાર રહે હૈં..." એવી છડી પોકારતી હોય? જો હા, તો ભાઈ, પોતાને જોરદાર ચૌંટિયો ભરો! તમે ઊંધમાં છો. અને જો આવું નથી અનુભવ્યું તો, તમે પણ દરરોજ આમથી તેમ ઠેલા ખાતા મારા જેવા રેટ રેસમાં ગૂંચવાયેલા સામાન્ય આદમી છો. જો આપણે બધા સાવ ફદતુસ કોમનમેન છીએ તો, કોઈ શહેનશાહ જેમ આપણી દરેક ખ્વાહિશ પૂરી થાય એવું માણવાનો આપણને કોઈ અધિકાર ખરો? એના માટે ઉધામા કે ધમપછાડા કરવા યોગ્ય ખરા? કે પોતાની લિમિટ અને ક્ષમતામાં જેટલું છે એને સમજી, સાચવીને જીવવા માં માલ છે?

ગમો-અણગમો મનુષ્ય સહજ પ્રતિક્રિયા છે. પશુ-પંખીને પણ આ સ્વભાવગત ગુણ વારસામાં મળ્યો છે. મોકળાં મનના તમામ સજ્જનો અને ખાસ કરીને સન્નારીઓને વિવિધ રીતે અણગમા વ્યક્ત કરવાની રીતો સમાજમાં વિકસિત છે. ના-ના પ્રકારના પ્રયોજન આ માટે જાતિ અને બાબત આધારિત ફૂલ્યાં-ફાલ્યાં છે. પણ, આ તમામ રીત પૈકી કોઈ જાતના ભેદભાવ વગર ઘટના પછી તરતજ ઉભરી આવતો એક અને માત્ર એક હાવભાવ છે- ચડેલો ચહેરો. ચહેરાના હાવભાવ સ્વચ્છ કોમળ આકાશમાંથી ધનધોર વાદળોથી ઘેરાયેલા અને ગોરંભાયેલા આકાશમાં પરિવર્તિત થાય તેને ચહેરો ચડ્યો એમ કહેવાય, વી ઓલ નો... પણ, આવો ચહેરો માઢું લગાડીને ચડતો ચડતો ક્યાં જાય છે એ તો આજ સુધી સી.આઇ.ડી.ની ટીમ પણ નથી શોધી શકી! "દયા,

તોડ દો યે દરવાજા!" શરીરને જેવો અણગમા, વિરોધ કે અપમાન જેવી હીન ભાવના થાય કે તરત જ આપોઆપ આ પ્રકારની પ્રતિક્રિયા સરી પડે છે. સામેની પાર્ટીને આગાહ કરી દે છે કે કુછ તો લોચા પેડ ગયેલા હૈં!

આઘાત અને પ્રત્યાઘાત સમાન મૂલ્યના અને પરસ્પર વિરુધ્ધ દિશામાં હોય છે, એ ન્યુટનના ગતિના ત્રીજા નિયમનું અહીં ધારદાર ઉલ્લંઘન થાય છે. જે વાક્યને કારણે સ્પાર્ક થાય, એ તો માત્ર ૩૦ સેકન્ડનું હોય છે. પણ એનાથી ચડેલું મોઢું ક્યારેક દિવસો કે મહિનાઓ સુધી અસર દેખાડે છે. કોઈક સંજોગોમાં તો એન ધેન ડાઇનો ધોડો છુટ્ટો પણ થઇ જાય છે! પુરુષ હોય તો તેના વાક્યો અંજારના ચપ્પુ જેમ ધારદાર બનીને અણગમાની અને ચડેલા મોઢાની ચડી ખાય છે અને સ્ત્રી હોય તો રસોડાના વાસણમાં ધોબા પડી જાય એટલી હદે પછાડીને ઓર્કેસ્ટ્રાના તાલે પછાડી પછાડીને પોતાનો અણગમો જાહેર કરે છે. ક્યારેક ચીર શાંતિ, તો ક્યારેક આરોહ-અવરોહમાં વાક્યોની જુગલબંદી, એ ચડેલા મોઢાના અસ્તિત્વમાં આવ્યા પછીની સર્વોચ્ય અવસ્થા છે! સમાજના મોટાભાગનો વર્ગ આ અવસ્થામાંથી પસાર થઇ જ ગયો હોય એમાં શંકાને કોઈ સ્થાન નથી. સંબંધો ઉપર પૂર્ણવિરામ મૂકવાની શરૂઆત પણ આ રીતે જ થાય છે. દરેક વાતમાં પ્રતિભાવ આપવાની આદત આ સમયે ઉગ્ર સ્વરૂપ ધારણ કરે છે. વાક્યુધ્ધ હોય કે પીનડ્રોપ સાઇલન્સ, બંને ખૂંચે જ છે!

આપણને દરેક નાની-નાની વાતમાં મોઢું ચડાવવાની આદત પડી ગઇ છે. કોઈ વખાણ ન કરે તો પણ મોઢું ચડે અને, બીજાના વધારે વખાણ સાંભળીને પણ મોઢું ચડે. કોઈ વાત માં "હા" સાંભળીને મોઢું ચડે તો, કોઈ માં "ના" સાંભળીને! દીકરાનું મોઢું પિતાની સલાહ સાંભળીને ચડે અને દીકરીનું મોઢું માંની વાત સાંભળી ને! સાસુ નો ચહેરો વહુની રસોઇ અને કોઈ આદત પ્રત્યે અણગમાથી ચડે તો,

વહુનો સાસુમાંની વાતો થી! જમાઈનો ચહેરો સાસરામાં માન ઓછું મળવાથી ચડે, તો સાસુનો ચહેરો ત્યારે ચડે, જયારે જમાઈ દીકરીને બે આકરા શબ્દો કહે. પતિ-પત્નીની વાત અહીં લાખવા જેવી નથી કારણકે એક ધારો ૭-૭ દિવસ સુધી લખું તો પણ પૂરું ન પડે! દરેક સંબંધમાં ચહેરાનું મહત્વ અનેક ગણું છે; પછી એ ચડેલો હોય કે ખુશનુમા! સારું છે કે ચહેરાને ઘૂંટણ નથી હોતા! નહીંતર તેની પણ 'ની-રિપ્લેસમેન્ટ સર્જરી' ની અલગ તબીબી શાખા વિકાસ પામી હોત! એમ.એસ.ઈન ફેસ ની-રિપ્લેસમેન્ટ સર્જરી ફ્રોમ યુ.એસ.એ...! ધીકતી કમાણીનો ધંધો હો બાપુ!

ક્યારેક ચડેલા ચહેરા પ્રેમ માટે પૂલ બને છે. રીસામણા-મનામણાં એ આકર્ષક દામ્પત્ય જીવનનો એક ભાગ છે. તેમાં સંબંધોની સીમા હોતી નથી. મનામણાં માટે આપણા ફિલ્મી ગીતકારોએ ખાસ વેરાયટી સભર ગીતો લખ્યાં છે. પણ, કોઈ બાબતની અતિશયોક્તિ હંમેશા નીરસતા આણે છે. એક લિમિટ થી વધુ પ્રતિક્રિયા સામેની વ્યક્તિમાં કે આપણી સાથે જોડાયેલી તમામ વ્યક્તિઓની સામે આપણને નીચા પાડવા નિમિત્ત બને છે. હોઈ શકે છે કે, તમારો વિરોધ સાચો પણ હોય, અને પ્રતિક્રિયા પણ જરૂરી હોય. પણ દરેક વખતે દરેક બાબતમાં ઉગ્ર વર્તન આપણને અપ્રિય બનાવે છે. ધીમે-ધીમે સંબંધોમાંથી રસ સુકાયેલા લીંબુ જેમ ઉડી જાય છે અને અંતે અવશેષમાં વધે છે, પથ્થર જેવી સખત સમાધિ. ખટ્ટ-મીઠી ઝીંદગીમાં હસવામાંથી ખસવું ન થાય તેવી મર્યાદાના બમ્પ મૂકવા અનિવાર્ય છે. બાકી એક હદ પછી આપણા મોઢા ચડે, કે ઉતરે, કોઈ ને પણ ફરક પડતો બંધ થઇ જાય છે. કોઈ કિંમત વધતી નથી આપણી. એ જીવનની કલ્પના કરો... પોતાના હાથે પોતાના સન્માન અને સ્વજનોની આપણા માટેની લાગણીની ઘાતકી હત્યા કરવાનો ઉભરતો હરખ પોતાના શર્ટના ડાબી બાજુના ખિસ્સામાં મૂકી, મોઢા પર આંગળી રાખી, ખૂણો પકડી લેવો એ જ યોગ્ય છે. અંતે તો આપણે સમજુ છીએ ને....!

ચીંટિયૉ-૫

બાળ વિચાર... બહુ વિશાળ...

હમણાં હમણાં અવલોકન કરતાં શીખ્યો છું, ખાસ કરીને બાળકોનું. એમના હાવ-ભાવ, વાતો, વર્તન, વિચારો બધું ઝીણવટથી નીરખું છું. અને, બહુ નવાઈ લાગે છે કે, બાળકોની વાતો એ આપણી વાતોના સ્પષ્ટ પડઘા છે. માત્ર તકલીફોની કે કોઈના ક્રિટીક્સની અથવા પોતાની બડાઈ હાંકતી વાતો આજે ગાર્ડનમાં કે પોતાના ટેન્ટ હાઉસમાં ઘર-ઘર રમતાં છોકરાઓ કરવા લાગ્યાં છે. કેવી નવાઈની વાત છે કે, ૮-૧૦ વર્ષના આ ટેણિયાં પોતે જ્યારે સ્વતંત્ર જીવન જીવશે ત્યારે કેવી વિટમ્બણાઓ હશે તેની ચર્ચાનું ચિત્રણ અત્યારથી જ કરવા લાગ્યાં છે. એ પણ નકારાત્મક! અત્યારથી જ પોતાના સબ કોન્શિયસ માઇન્ડને નેગેટિવ કમાન્ડ આપી, આ બૈલ મુઝે માર જેવી ઘાતક ઘટનાની વણઝાર વહોરીને પગ ઉપર કુહાડી મારવાનો પૂર્ણ કાર્યક્રમ ઘડાતો જોવા મળે છે. આપણે બિલકુલ મૂર્ખની જેમ આવું બનતા જોઈ રહીયે છીએ. અરે! આ આગને આપણે જ ફૂંક મારીને વધુ સળગાવીએ છીએ!

એવું કહેવાય છે કે, બાળકો કહેલું નહિ, જોયેલું અને સાંભળેલું શીખે છે. સહજ નકલવૃત્તિ બાળકોમાં હોય જ છે. તો હવે, વિચારવાનું એ રહ્યું કે, બાળકો આવી વાતો ક્યાંથી ઉઠાવી લાવે છે? અફકોર્સ, તેની આસપાસ રહેલા વાતાવરણ અને વ્યક્તિઓ પાસે થી. માતા-પિતાથી લઇ, દરેક એ દરેક વ્યક્તિ આમાં સહભાગી બને છે. બાળકના વિચારો હકારાત્મક હોય કે નકારાત્મક, જવાબદાર બીજા લોકો જ હોય છે. વિચાર કરી જુઓ, બાળકો શા માટે આવી અસરમાં આવી જાય છે? કેમ તેઓની વાતો અને વિચાર આવા વધુ પડતા પીઢ

બનતા જાય છે? તેમની બાળસહજ રમતિયાળ વૃત્તિ ક્યાંક ખોવાઇ ગઇ છે અને અકારણ ચિંતાના વાદળોમાં તેઓ જાતે પોતાને ફસાવી રહ્યા છે! કેવું ભયાનક દૃશ્ય છે....

એક વાર એક બાળકની ફરિયાદ એના માતા પિતા પાસે એના શિક્ષકએ કરી. માતા પિતા એ સાંભળીને દંગ રહી ગયાં! એ બાળક શાળામાં કલાસના સમયે શૂન્યમનસ્ક બની, બેસી રહેતો. ના કાંઇ બોલે- ના કોઇ પ્રતિભાવ આપે. શિક્ષક એને પૂછે તો કઇંક લાંબી લાંબી પીઢ વાતો કરીને શિક્ષકને પણ મૂંઝવણમાં મૂકી દે. મોટાભાગે નકારાત્મક વાતો અને મુશ્કેલીઓનું વિગતવાર વર્ણન. થોડા સમય શિક્ષકે પ્રયત્ન કર્યો એની આ મનોદશામાંથી તેને બહાર કાઢવાનો. પણ વ્યર્થ! અંતે તેના માતા પિતાની સાથે આ બાબતે વિગતવાર ચર્ચા કરવાનું એમણે યોગ્ય માન્યું. ઊંડાણપૂર્વક અધ્યયન કરતાં શિક્ષકને સમજાયુંકે, ઘરનું વાતાવરણ જ બાળક માટે વધુ પડતું મેચ્યોર હતું. નાની નાની વાતો માટે ૭ વર્ષના બાળક પાસે ૨૦ વર્ષના યુવા જેવી વિચારસરણીની અને વર્તનની અપેક્ષા રાખવામાં આવતી. ઘરમાં પણ મોટાભાગે પરિપક્વ સંવાદો જ થતા. બાળસહજ મસ્તી-મઝાક-ઉછળકૂદનું કોઇ નામોનિશાન નહીં! એટલે આ બાળકએ નાની ઉંમરે પોતાના બાળપણની હત્યા કરી, પીઢતા મેળવી લીઘેલી. તે બાળકનું કાઉન્સેલિંગ કરાવવાની ફરજ પડી અને મહા મહેનતે તે પોતાના બાળપણમાં પાછો આવ્યો. આવા ઘણાં કિસ્સાઓ આપણી આસપાસ શોધવાથી જરૂર મળી આવશે, જોજો જરા! ક્યાંક આપણા ઘરે જ તો આવો કિસ્સો આકાર નથી લઇ રહ્યો ને?

આસપાસ, ચોતરફ નકારાત્મકતા, અસંતોષ, આત્મશ્લાઘા અને અરાજકતાનો માહોલ છે. કોવિડ-૧૯ની સ્થિતિતો હમણાં આવી. ઉપરોક્ત તકલીફોતો મનુષ્યના અસ્તિત્વથી જ આણાંમાં સાથે આવી છે. પોતાની અંદર રહેલી નકારાત્મકતાને પંપાળવી આપણને બહુ

ગમે છે. મીઠી ખંજવાળ જેમ વારે વારે તેને પાસવાર્યા કરવાથી મીઠો આનંદ આવે છે. વળી, બીજા સામે તેનો ઉભરો ઠાલવી, પોતે કેટલા ભયંકર દુઃખના ડૂંગર નીચે દબાયેલા છીએ તેનો અહેસાસ કરાવી, સિમ્પથી મેળવવા અથાગ પ્રયત્ન કરીએ છીએ. ક્યારેક બીજાની દરેક વાતને કાપી, તેને ઉતારી પાડી, પોતે જ કલિકાલસર્વજ્ઞ છીએ એવી મહામૂર્ખ વૃત્તિને પોષવામાં વિનય-વિવેક ચૂકીને આકરી વાણી બોલી પડીએ છીએ. બહાર પાડોશી સાથે, બસ-ટ્રેન-પ્લેનમાં સહયાત્રી સાથે, ઘરની કામવાળી બહેન સાથે કોઈ ને કોઈ નકારાત્મક કે આત્મશ્લાઘી વિચારોની આપ-લે કરવાનો વિકૃત શોખ પોષ્યા જ કરીએ છીએ...પોષ્યા જ કરીએ છીએ...

બહુ ઓછા લોકો હશે એવા, જેને જગતના ૯૦% લોકો સારા લાગતા હશે. મને પણ નથી લાગતા, ટૂ બી ફ્રેન્ક. બીજાની સારપ શોધવા કરતાં દીકરા-દીકરીની ખામી શોધવામાં આપણું મન તૃપ્તિ મેળવે છે. આ બાબત કોઈ પણ સ્થળ-કાળ-દેશથી પર બાબત છે. વિશાલ ફલક પર વિચારી જુઓ. બીજાથી ઊંચા સાબિત થવા પોતાના બણગાં ફૂંક્યા કરવાથી મહાન થવાય એ વિચિત્ર વિચાર ક્યાંથી ઉદ્ભવ્યો એ એક જટિલ પ્રશ્ન છે. દરેકને પોતાનો સમય, જીવન, માન્યતા પાળવાનો મૌલિક અધિકાર છે અને આપણે તેને એવી સ્પેસ આપીએ એ આપણી નૈતિક ફરજ છે. તમારા વિચારોમાં સતત કોઈ તરબોળ થવા માગતું જ નથી! ભલે ગમે તેવા ઊંચું પદ તમે શોભાવતા હો. અરે, ઈશ્વર ભક્તિ પણ સંતો સિવાય સતત કોઈ કરી શકતું નથી. આપણે બધાને સુપિરીયારીટી કોમ્પ્લેક્સ કોઠે પડી ગયો છે! હિપ્પોક્રેટ્સ...

શબ્દો, અને એ પણ બાળકો સામે? સળગતા કોલસા પર ચાલવું સરળ છે બોસ આના કરતાં. બાળકો ભયંકર તીક્ષ્ણ ગ્રાસ્પિન્ગ પાવર ધરાવે છે. ફટ દઈને તમને તમારાં જ બોલેલા વાક્યો મોઢા-મોઢ

ચોપડાવવામાં ૮-૧૦-૧૨ વર્ષનાં ટાબરિયાંઓ વાર નથી લગાડતાં. તેમની પાસે એવી પૃથ્થક્કરણ કરનારી વિચારશક્તિ હોતી નથી. માટે, તેને બાળકોની ધૃષ્ટતાતો ન જ કહી શકાય. પણ, આવું બને ત્યારે જો આપણને વિચાર ન આવે કે, મારું બાળક આ શીખ્યું ક્યાંથી? તો પ્લીઝ, તમારું સરનામું મને મોકલજો. ઢાંકણી અને બીસ્લેરીના પાણીની બોટલ હું તદ્દન સેવાભાવે મફતમાં મોકલીશ! પોતાની જાતને ધિક્કારજો બિન્દાસ. બહારનો ગમે તેવો કચરો બાળક મનમાં ભરી આવે, ઘરે એ કાઢી જ શકાય છે. પણ, માંઝી જો નાવ ડૂબોએ, ઉસે કોન બચાએ? બંધુ, બાળકોને બાળક જ રહેવા ધો. એમણે સાત્ત્વિક વાતાવરણ, વાતો, વર્તન આપવું જરૂરી છે. નફ્ફટાઈ, નકટાઇ, ઉદ્ધતાઈ પણ જરૂર શીખવો. સમાજમાં રહેવાનું અને લડવાનું છે એણે, યાર! પણ એ ગુણોનો ઉપયોગ ક્યાં, ક્યારે કરવો એ વિવેકબુદ્ધિ પણ એમને આપો. બાળકોને બાળપણમાં જ બુઢ્ઢા બનતા રોકો! તેમના સુષુપ્ત મનમાં આવા ઉકરડા છાપ કચરા ઠુંસવા એ એમને ધીમું ઝેર આપવા સમાન છે. પોતાના બાળકો પાછળ મહેનત નહીં કરો તો શું ગાર્ડનના ગલૂડિયાં પાછળ કરશો? ખરા છો, યાર! પણ, અંતેતો આપણે સમજુ છીએ ને...

****

ચીંટિયો-૬

ભાષા શુદ્ધ શિક્ષણ

મને મારી દિકરીને ઓબ્ઝર્વ કરવાની બહુ મજા આવે છે. જ્યારથી તે સ્કૂલ જવા લાગી છે ત્યારથી વધુ અલગ લાગવા માંડી છે. વાણી, વર્તન, બોલવાની ઢબ, રહેણી-કરણી, પ્રતિભાવ, ઉદ્ગારો, ભાષા શુદ્ધિમાં ઘણા ફેરફારો આવ્યા છે. સૌરાષ્ટ્રમાં રહેતા હોવાથી અહીંની ભાષા અલગ પડે છે. અમે મૂળ ભુજ ના. નાગર ગૃહસ્થ હોવાથી ભાષા શુદ્ધિનું પૂર્ણ પાલન ઘરમાં થતું હોવાથી મારી દિકરીની ભાષામાં સાંભળવા મળતી અશુદ્ધિ ક્યાંક ખૂંચતી હતી. એને વારંવાર ટોકવી ગમતી નહી. પણ અશુદ્ધ ભાષા સહન થતી નથી. પણ એને કહેતાં પહેલાં મને આ પ્રોબ્લેમના મૂળ સુધી પહોંચવાનો વિચાર આવ્યો. અને શરૂ થઇ એની સંશોધન યાત્રા.

આ તકે ખૂબ પ્રસિધ્ધ અને સાહિત્ય જગત ના બહુ પૂજનીય શ્રી ગુણવંત શાહજી ની વાત યાદ આવે છે. " શિક્ષકો એ સહુ થી હાઇએસ્ટ પેઇડ એમ્પ્લોયીસ હોવા જોઇયે." એમની આ વાત સાચી પડતી હોય એમ લાગે છે. બાળક જ્યારે સ્કૂલમાં જવાનું શરુ કરે છે ત્યારે એના માનસપટ ઉપર એક અલગ જ દુનિયાનું ચિત્ર બનેલુ હોય છે. એની એ દુનિયાની રાણી હોય છે એમના ટીચર્સ. એમના ટીચર્સના હાવ-ભાવ, પહેરવેશ, બોલવાની લઢણ, લહેકો, બોડી લેંગ્વેજ ને એ નીરખીને જોવે છે અને એનું સીનુકરણ કરે છે. ગમે તેવાં માતા પિતા હોય, ગમે એટલા પડ્યા બોલ ઝીલતાં હોય, પણ ક્યારેક બાળક એમના બોલ પણ ઉથાપે છે. પણ એના ટીચર્સની સામે બોલતા પહેલાં 100 વખત વિચારે છે. સમય સાથે એ લોકો પોતાના ટીચર્સ નું અનુકરણ કરવા લાગે છે. એની દરેક લઢણ બાળકો માટે આદર્શ

વર્તનનું સ્વરૂપ ધરી લે છે પછી તે સારું હોય કે અયોગ્ય. આ જ કારણ છે કે જયારે બાળક સ્કૂલ જાય ત્યારથી એનું વાણી વર્તન બદલવા લાગે છે. બાળકમાં તો સારા-નરસાની પરખ હોતી નથી. અને પેરેન્ટ્સ પણ કાંઈ સતત સ્કૂલ માં નજર રાખી શકતા નથી. પેરેન્ટ્સને લાગે છે કે બાળકો ઉદ્ધડ થઇ ગયાં છે, બગડી ગયાં છે કે પછી એમના સ્વભાવ માં પરિવર્તન આવી ગયું છે. પણ ચાઈલ્ડ સાઇકોલોજીની ભાષા માં આ બહુ સામાન્ય વાત છે. એવરેજ ઘરોમાં બાળકોના આવા માનસિક પરિવર્તનને લીધે કાં તો બાળકો અને માતા પિતા વચ્ચે ગજગ્રાહ થાય છે અથવા બાળકોને શિષ્ટ બનાવવા માટે લેવા પડતાં પગલાઓને લીધે માતા પિતા વચ્ચે મનદુઃખ થાય છે. આનો એક સાર્વજનિક ઉપાય શોધવો જરૂરી છે. કેમકે આવાં વર્તનથી બાળકોની લાગણીઓ દુભાય જે આગળ જતાં જડ માનસિકતામાં પરિણામે. યુવાનીમાં બાળકો અને પેરેન્ટ્સ વચ્ચે જનરેશન ગેપ બહુ મોટો થઇ જાય અને પરિણામે ઘરડાઘરમાં વધારો થાય. વિચાર્યું હતું કે જુનિયર કે જી માં ભણતા બાળક સાથે બનતી ઘટનાઓ આટલી અસર પડી શકે?

સ્કૂલ્સ એ સમાજનું ઘડતર કરતા મંદિરો છે. અને એમના ટીચર્સ એ પૂજારી છે. બાળકો એ મંદિરના ભગવાન છે. માત્ર સારા ડોકટર, એન્જીનીર કે આઇ એ એસ/ આઇ પી એસ બનાવીને એમનું કામ પૂરું નથી થઇ જતું. એમને બનવાનો છે એક સભ્ય, સુસંસ્કૃત અને શુદ્ધ સમાજ. આ માટે પહેલાં પૂજારીઓ શુદ્ધ હોય તે અનિવાર્ય હોવું જોઈએ. શિક્ષકોની જો આટલી અસર આપણા બાળકો ઉપર પડતી હોય તો આપણા બાળકને સુધારવા માટે શિક્ષકોને અપડેટ કરવા પડશે. શિક્ષકોમાં તમામ પ્રકારની શુદ્ધતા લાવવી જરૂરી છે. દરેક ક્ષેત્રની તળપદા કે લોકલ ભાષાનું અલગ મહત્વ છે અને એ જાળવવું જ જોઈએ એમાં બે મત નથી. પણ જયારે વાત ઘડતરની આવે, ત્યારે તો માત્ર અને માત્ર શુદ્ધ ભાષા પ્રયોગ થવો જ જોઈએ એમ દ્રઢ પણે મારું માનવું છે. બાળકો જયારે એમના આદર્શને શુદ્ધ ભાષા બોલતાં

જોશે એટલે તરત જ એમનું પણ અનુકરણ કરશે. સમાજમાં એક શુદ્ધ ભાષાનું નવું પગલું શરુ થશે. પોતપોતાના ઘરમાં કે સમાજમાં ચોક્કસ પણે પોતાની ભાષાનો ઉપયોગ કરવો જ જોઇએ. પણ જયારે વાત ભણતરની આવે, ત્યારે ભાષા શુદ્ધ વાપરવી જોઇએ એવો આગ્રહ રાખવો જરાય વધુ પડતો લાગતો નથી.

જરા વિચાર કરો. ૪૦-૪૫ લાખની કારમાંથી અરમાનીનો સૂટ અને વૂડલેન્ડના શૂઝ સાથે ગૂચીનું પરફ્યુમ લગાડેલા હેન્ડસમ યુવાન ઉતરીને તમારી સાથે હાથ મિલાવતા જ બોલે, "કા? કમ સો? હું હાલે સે?" કે "ચ્યો જ્યાતા? આઇ જ્યાં?" તો કેવું લાગે? હાઇ સોસાયટીનું ઘડતર કરવામાં ફાળો આપવાનું ચૂકી ગયેલા શિક્ષણ જગત માટે કદાચ ત્યારે ભોંઠા પડવાનો સમય છે. જાજરમાન સાડીમાં ભવ્ય લાગતી કોઇ સ્ત્રી જયારે સાવ તળપદા ભાષામાં વાતો કરતી જણાય ત્યારે આપણે એના ઉપર હસી ને એ વાત ભૂલી જઇયે છીએ. પણ એના મૂળ સુધી જવાની તસ્દી ક્યારેય લીધી નથી. શક્ય છે કે ભવિષ્ય માં તમારા બાળકો પણ આવું જ વ્યક્તિત્વ વિકસાવશે જો આપણે આપણી શિક્ષણ સંસ્થાઓના શિક્ષકો-શિક્ષિકાઓની ભાષા શુદ્ધિને અનિવાર્ય નહિ બનાવીયે. ભાષા એ કોઇપણ સમાજનું દર્પણ છે. અને એ દર્પણ માં લાગેલા દાગ જાહેર જીવનના સભ્યોને અસર ના કરે એટલા માટે પાયાના શિક્ષણ થી જ માત્ર અને માત્ર શુદ્ધ ભાષાનો ઉપયોગ ફરજિયાત કરવો જ રહ્યો.

આના માટે શુ કરવું? સહુ પ્રથમતો એ વાત સમજવી રહી કે શિક્ષક પણ કોઇ પ્રાદેશિક સમાજ નો હિસ્સો છે. એ પણ પોતાની તળપદા ભાષા માં જ શિક્ષણ મેળવીને આવે છે. માટે એમની પાસે તુરંત જ શુદ્ધ ભાષાની અપેક્ષા રાખવી વધુ પડતી હોઇ શકે. તો એમના અનુકૂલન માટે એમને પહેલાં શુદ્ધ ભાષાની તાલીમ આપવી જરૂરી છે. એમને એ સમજાવું જરૂરી છે કે તેઓ ખરા અર્થમાં

સમાજના ઘડવૈયાઓ છે. તેઓની આંખની હરકત પણ વિધાર્થીઓ નોંધતા હોય છે. એટલે એમને વર્ગમાં ખૂબ જ સજાગ રહેવું જરૂરી છે. એમને પહેલાં એમના પદની ગરિમા સમજાવવી જોઇએ. અને કોઇ પણ શિક્ષકને અભિમાન કરવાનો પૂરો અધિકાર છે કે તેઓ આવનારા સમાજના ડિઝાઇનર છે. પણ આ અભિમાન સાથે એમની જવાબદારીઓ વિષે તેઓ સુવિદિત હોવા અતિ જરૂરી છે. આટલી લાગણી શિક્ષકો-શિક્ષિકાઓમાં જયારે ૧૦૦% જાગૃત થશે ત્યારે આપોઆપ તેઓ પોતાના પ્રોફેશનને ચાહવા લાગશે. પરિણામે તેઓ વધુ સજાગ આપોઆપ બની જશે અને અંતે તેઓ શુદ્ધિ તરફ ગતિ કરશે. આ પગલાં માટે શિક્ષકો-શિક્ષિકાઓનું કાઉન્સલીંગ કરવું યોગ્ય ગણાશે. જયારે તેઓ **શુદ્ધ** ભાષાનું ઉચ્ચારણ કરશે એમના વર્ગમાં ત્યારે આપોઆપ બાળકો ઉપર એની જાદુઇ અસર પડશે. પરિણામ માત્ર એક સત્રમાં જ જોઇ શકાશે. આ પ્રયોગ અંગ્રેજી અને ગુજરાતી માધ્યમ બેયમાં લાગુ કરવો જોઇએ. ભરોસો; શિક્ષકો ઉપર અને બાળકો ઉપર; મૂકી જોવો પડશે. પરિણામ તરત નહિ મળે. સમય તો લાગશે જ. જરા ઈમેજીન કરો એ શુદ્ધ ભાષા સાથેનો વિકસિત સમાજ....

કદાચ મારો આ વિષય પ્રાદેશિક સમાજ સાથે વર્ષોથી જોડાયેલા ને જૂની માનસિકતામાં જડ રીતે વળગેલા વડીલોને ના પણ ગમે એવું પણ બને. પણ આજના સ્પર્ધાત્મક સમયમાં માત્ર ડિગ્રી જ સર્વસ્વ નથી. સફળ થવા માટે ખાલી સર્ટી ફાઇલની કોઇ વેલ્યુ નથી. તમારા બાળકની પર્સનાલિટી, સ્પીચ, બોડી જેસ્ચર, અને તમારી પ્રેઝેન્ટબલીટી નિર્ણાયક ભાગ ભજવે છે. આવા કીન ઓબ્ઝર્વેશન સામે ટકવા ભાષા ઉપરનું પ્રભુત્વ કેટલું મહત્વ ધરાવે છે એ સમજાવવાની જરૂર છે? કે જી થી લઇને કોલેજ સુધી જેના સંતાનો હજુ શિક્ષણ લઇ રહ્યા છે એમને મારી વિનંતી છે કે પોતાની જુનવાણી અને સંકુચિત માનસિકતા જો હોય તો એને થોડીવાર દરવાજા બહાર મૂકીને આ લેખ વિશે વિચારજો. અને તમારા સંતાનને શુદ્ધ અને

અશુદ્ધ ભાષા બંનેમાં એક વાર એક વાક્ય બોલાવીને ચકાસી જોજો અને એનું ભવિષ્ય કલ્પી જોજો. આપોઆપ ફરક જાણી જશો. પ્રિય વાલીઓ, આપણી જાગૃતિ શિક્ષણ જગત અને ભાવિ સમાજમાં એક અમૂલી ક્રાંતિ સર્જી શકે છે. આ માટે જરૂર છે આપણા સંતાનોની શિક્ષણ સંસ્થાઓને આ પ્રકારના પ્રયોગ કરવા માટે વિનંતી કરવાની. અને જે શૈક્ષણિક સંસ્થા ખરેખર બાળકોનું ઘડતર કરવા માટે જ કાર્યરત હશે તે જરૂર સાથ આપશે એવો વિશ્વાસ જરાય અસ્થાને નથી. તો બોલો? "મજા આઈવી?" કે "મઝા આવી?" અંતે તો આપણે સમજુ છીએ ને...

****

ચીંટિયોં-૭

નીતરતી પણ છુપાતી લાગણીઓ

ફેમિલી કોર્ટમાં જજ સાહેબની સામે એક દંપત્તિ પોતાના છુટ્ટા છેડા માટે જુબાની આપવા બેઠું હતું. પહેલાં જજ સાહેબે પતિની તમામ વાતો સાંભળી. ત્યારબાદ પત્નીને પોતાનો પક્ષ રાખવા કહ્યું. પત્નીએ બસ એક જ વાત કહી. "તેમને મારા માટે કોઈજ લાગણી નથી". પતિએ તરત જ પ્રત્યુત્તર વાળ્યો. "સાહેબ, હું કેમ સમજાવું આને કે હું એને કેટલો પ્રેમ કરું છું? હંમેશા એના વિષે વિચારું છું, એને ક્યારેય આર્થિક સંકડામણ નથી થવા દીધી. ક્યારેય કોઈ કડવાં વેણ નથી કહ્યાં. પૂછો એને, ક્યારેય એનું જાહેરમાં અપમાન નથી કર્યું. મારા ઘરમાં લાગણીઓની અભિવ્યક્તિ એ બેડરૂમ માં કરવાની બાબત છે. જાહેરમાં એની સામે પ્રેમથી જોઉં તો પણ એ અશ્લીલતામાં ખપાવવામાં આવે છે. મારા ઘરના વાતાવરણ અને રુઢીને હું બદલી શકું એમ નથી. આને મારાથી દૂર જતી સહન કરી શકું એમ નથી. શું કરું?" જેમના લગ્નને લગભગ વીસ વર્ષ કે તેનાથી વધુ નો સમય થયો છે તે તમામ દંપત્તીઓમાં આ ડિસઓર્ડર જોવા મળે, મળે ને મળે જ. લાગણીઓના વહેણ ઉપર બંધ બનાવીને એને અસ્ખલિત વહેવા દેવાની પ્રાકૃતિક ઘટનાને સંસ્કાર કે મર્યાદાના નામે ઘૂંટી નાખવાની આ પોકળ માનસિકતા આજની પેઢી માનવા તૈયાર નથી.

આપણો સમાજ પહેલેથી રૂઢિઓ અને સંસ્કારોના સ્તંભો ઉપર ટકી રહ્યો છે. ભારતવર્ષની ઘજા પતાકા લહેરાવવામાં તેનો અમૂલ્ય ફાળો છે. જે સમયની આ ઘટના આપણે જોઈ, તે સમય સંયુક્ત કુટુંબનો હતો. એક જ ઘરમાં સસરા, જેઠ, દિયેર સાથે સાસુ, જેઠાણી અને દેરાણી પણ રહેતાં. આજે પણ એવાં ઘરો જોવા મળે જ છે પણ

જૂજ પ્રમાણમાં. સમય કોઈપણ હોય, વડીલો સામે અંગત લાગણી બતાવવી એ આજે પણ આપણા સંસ્કાર નથી. માટે, તે સમયે સંયુક્ત કુટુંબની અસર હેઠળ લાગણી માત્ર અંગત ઓરડા પૂરતી સીમિત બનતી. સામાજિક રીતે સહુ નજીક હતા અને તેથી જાહેરમાં પણ લાગણીઓ ઉપર લગામ આવી જતી. આજે કુટુંબો વિભક્ત બન્યા છે. કોઈપણ કારણોના પથ્થર તળે લોકો અલગ અલગ રહેવા મજબૂર બન્યા છે. તે સમયના સભ્ય વડીલોની માનસિકતા જરા પણ જુનવાણી ના કહી શકાય, પણ આજે યુગ જેટ સ્પીડે દોડે છે. બદલાવ એ પ્રકૃતિનો નિયમ બની રહ્યો છે. જેની અસર આવી નાજુક બાબતો ઉપર પણ જોવા મળે જ છે. આ શબ્દાંકનમાં આપણે આજની સ્થિતિની ચર્ચા છેડવાના છીએ.

          હમણાં જ એક રિયાલિટી શૉ માં એક પ્રખ્યાત સંગીતકાર - જેઓ સિંતેરની ઉમર વટાવી ચૂક્યા છે તેમને -એમની પત્નીનો હાથ સ્ટેજ પર પકડીને લાગણીનો ધોધ વરસાવતા જોયા. પહેલો વિચાર એ જ આવે કે આ ઉંમરે આવું કરતા તેઓ શરમાય નહિ? પણ તરત જ મગજ લોજીકલ થીંકીંગ તરફ વળીને બરાડી ઉઠ્યું "શા માટે શરમ કરે? પોતાની જ પત્નીને કેટલો વહાલ કરે છે તે દર્શાવવા માં સમાજ ને કોઈ પણ વાંધો હોય તો સમાજ જાય એના રસ્તે. આપણે સમાજને જરાય બાંધીને રાખ્યો છે?" થોડું બહારવટિયા ટાઈપનું મન લઈને હું ૧૯૮૭માં આવી ગયો. એટલે સાલું આવા કુદકા માર્યા કરે. પણ ખોટું કહું એને કાંઈ? લાગણી એક એવી નદી છે જે ગમે ત્યારે વહી નીકળે. સંબંધોના સુક્કા ભટ્ટ પ્રદેશને હરિયાળો કરી મૂકે. યુગો યુગોથી અંધકારમાં સડતા જીવને એક નવો પ્રકાશ આપી શકે. હા, તું મારા માટે કેટલો કે કેટલી પ્રિય છે તે શબ્દોની અડચણ વગર સમજાવી શકે. તો પણ એને દંભના ચોળા હેઠળ દફનાવીને પિશાચી આનંદ લેનાર સમાજના ઘટકો ધિક્કારને પાત્ર છે.

ઈશ્વરનું નામ લેતા આંખમાં આવતા ઝળઝળિયાં, પોતાના પ્રિય પાત્રને લાંબા સમયે સદેહે મળવાનો રોમાંચ, પોતાની અથાગ મહેનતથી મળેલી સિદ્ધિ અને તેનાથી મળતું માન મેળવીને થતો આનંદ, માતા-પિતાના મુખેથી પોતાના માટે પ્રશંશાના બે વાક્યોથી થતો ગર્વ, ભાઈ કે બહેનને ખિસ્સા માં છુપાવીને રાખેલી ચોકલેટ બધાથી સંતાડીને આપવાની મઝા, ઉંમરના છેલ્લા પડાવે જયારે હાથ કાંપે ત્યારે બેટરહાફના હાથે જમવાથી થતી તૃપ્તિ... આવા અગણિત લાગણીના બિંદુઓ માણસના દિલને તરબતર કરી મૂકે છે. આવી લાગણીઓ તે સમયે જ તેના હકદાર પાસે પહોંચવા ઉચાળા ભરે છે. તેના સુધી દોડી જવા ચીસો પાડીને નાદ કરે છે. આજની અમારી પેઢી તેને રોકતી નથી. તેને પરવાહ નથી કે કોણ શું કહેશે? કોણ મોઢું મચકોડશે કે કોણ પોતાના પર વેવલાનું લેબલ લગાડશે. બસ, જેના માટે લાગણી જન્મી છે તેના સુધી તરત તેને પહોંચાડી ને આહલાદક સુખનો આનંદ મેળવવામાં આપણે લોકો આગળ છીએ. એમાં ખોટું શું છે? સમજાવશો?

અહીં સ્પષ્ટતા કરવી બિલકુલ જરૂરી બની જાય છે કે લાગણી પ્રદર્શન અને અશ્લીલતા વચ્ચે એક બહુ પાતળી ભેદ રેખા છે. દુ:ખ સાથે કહેવું પડે છે કે આપણે ઘણી વાર અશ્લીલતાની સીમામાં પ્રવેશ કરી જનારા લોકોની હાજરી પણ અનુભવીએ છીએ. પોતાના આવેગોને યોગ્ય સમયે, યોગ્ય રીતે પ્રગટ કરવા તે સભ્ય સમાજનો બહુ મહત્વનો ગુણ હોવો જ જોઇએ. આવા વાહિયાત પ્રદર્શનોને બદલે પોતાના મગજનો ઓપન ટેસ્ટ કરાવવો અનિવાર્ય બની જ જાય છે. પોતાના વહાલસોયાને પોતાની વાત અને ઇચ્છાઓ એ ક્રિયાના સ્વરૂપમાં કહેવી જરાય ગુન્હો નથી, પણ તેની રીત મનુષ્યોને છાજે તેવી તો હોવી જ જોઇએ. ઘટિયા માનસિકતાના કીયડમાં ડૂબેલા કેટલાક લોકો આપણી આખી જનરેશનને કલંક લગાડે છે. ગેટ ધ હેલ આઉટ ઓફ ધીસ માઇન્ડ સેટ.

એકબીજા ના સાથ વિના માણસ અધૂરો છે. સમય સાથે તેની પ્રાયોરિટીઝ બદલાતી હશે, પણ તેની બેઝિક નીડ તો લાગણી જ છે. પ્રાણીઓ પાસે સ્પષ્ટ ભાષા નથી. તેમની વાચા તેમની લાગણીઓ છે. તેઓ બેધડક પોતાની લાગણીઓ વરસાવે છે અને કદાચ એટલે જ તેઓ ખુશ રહી શકતા હશે. માણસે પોતાની તમામ ક્રિયાઓએ દિલ ને બદલે દિમાગ તરફ ડાઇવર્ટ કરી નાખી છે. એટલે જ હંમેશા તાર્કિક વિશ્લેષણ કર્યા કરવું એ તેની આદત બની ગઈ છે. જેમ પાણીના વરસાદ વિના ધરતીની વિશાળ નદીઓ પણ દમ તોડી દે છે તેમ મનુષ્યોના દિલની કુમળાશ પણ લાગણી વિના કરડી બની જાય છે. સમાજ કઈ તમારા તૂટતાં સંબંધો જોડવા નથી આવવાનો. તેને બસ વિનાશક ઘટનાઓ માણી, દૈત્યિક રાજીપો ભોગવવાની આદત પડી ગઈ છે. છોડો તેમને, છોડો બધી જંજાળ. બસ વહેવા દો તમારી લાગણી તમારા આમજન તરફ. દરેક જગ્યાએ બુદ્ધિનો ઉપયોગ જરૂરી નથી. હાશકારો એ હાયકારાથી વધુ શાંતિ દાયક છે. અંતે તો આપણે સમજુ છીએ...

****

ચીંટિયોં-૮

<u>સમાજ અને સામાન્ય બુદ્ધિ</u>

"ફલાણી ફલાણી જગ્યા ઉપર કચરાના ખડકાયેલા ઢગ... ઊંઘતું તંત્ર... પીસાતા લોકો..." ; " અમદાવાદમાં ટ્રાફિકની વધતી જતી સમસ્યા, આડેધડ પાર્કિંગ રોકવામાં પોલીસ નિષ્ફળ" કે " શહેરમાં ફેલાતો રોગચાળો... આરોગ્ય વિભાગ નિષ્ક્રિય" આવા મથાળા સાથેના વર્તમાનપત્રોથી જ આપણને જાગવાની આદત પડી ગઇ છે. જ્યાં સુધી સરકાર કે તંત્ર માથે બે એક માછલાં ના ધોઇયે ત્યાં સુધી ચાનો કપ હાથમાં રહી જાય છે. જો મિત્રો સાથે ગપ્પા મારવામાં સરકાર ને બે એક ગાળો ના આપીએ તો આપણે બુડથલમાં ખપીએ છીએ. વોટ્સએપ કે ફેસબુકમાં તડકતી ફડકતી પોસ્ટ પીક સાથે મૂકીને લાઇક્સની ગણતરી કરીએ છીએ. ટ્રાફિકમાં સ્પીડમાં દોડીને જોર જોરથી હોર્ન વગાડીને પાશવી આનંદ મેળવતાં છોકરીઓ ઉપર પ્રભાવ પાડીને ફુલાઇયે છીએ. રેલ્વે ફાટકની રોન્ગ સાઇડમાં ઉભી ને ફાટક ખૂલતાંની સાથે જ જોર જોરથી હોર્ન મારીને આગળ નીકળવા ભાગીએ છીએ અને આપણે આડા આવતા વાહનોને કોસતાં કોસતાં હાલ્યા જઇયે છીએ. આ સાથે આપણી સામાજિક જવાબદારી પૂરી થાય છે.

આપણા દેશનું દુર્ભાગ્ય ગણો કે આપણા સમાજની મૂર્ખતા, કે આપણે ત્યાં પાયખાના (સંડાસ) માં શૌચ ક્રિયા કરવી જોઇએ તે સમજાવવા માટે સદીના મહાનાયકે જાહેરાતોમાં ગીતો ગાવા પડે છે. સમજાતું નથી કે એમને એવી જરૂર કેમ પડી? ભારતીયોતો પોતાના ઇતિહાસ, સંસ્કૃતિ, સંસ્કારો ઉપર ગર્વ લેતા ઘરાતા નથી. તો શું એમની સંસ્કૃતિ અને સંસ્કારોમાં ક્યાંય સામાન્ય બુદ્ધિનો ઉલ્લેખ

નથી? શું ભારતીય ઇતિહાસમાં એમ કહેવાયું છે કે તમે માત્ર હકની જ ઈચ્છા રાખો. ફરજ અદા કરવાની ક્યાં જરૂર છે? માત્ર ઇતિહાસ મહાન હોવાથી વર્તમાન અને ભવિષ્ય ઉજ્વળું બને એ શક્ય છે? આપણી સંસ્કૃતિતો સમન્વય, સમજણ અને સકારાત્મક વિકાસનાં ઉદાહરણોથી છલોછલ છે. છતાં પણ આપણે " ટોયલેટ" અને " પેડ મેન" જેવી આંખો ઉઘાડતી ફિલ્મો બનાવવી પડે છે? સમાજની આ કેવી નિમ્ન માનસિકતા?

      સમાજ, દેશ અને અંતે વિશ્વ આપણાથી જ રચાયેલું છે. સરકાર એ આપણી માર્ગદર્શક છે. પણ નિયમોનું પાલન કરીને વ્યસ્થા જાળવવી તે આપણી જવાબદારી નથી? મોસ્કો યુનિવર્સિટીના એક સંશોધન મુજબ ૧ કી મીના સામાન્ય ટ્રાફિક જામમાંથી નીકળવા સરેરાશ માત્ર ૧૫ મિનિટનો સમય લાગે છે. પણ જો એ જ ટ્રાફિકમાં વધુ પડતા ઉન્માદનો ઉમેરો થાય તો આ જ સમય વધીને ૩૫ મિનિટ સુધી થઇ શકે છે. હવે સામાન્ય બુદ્ધિથી વિચારવા જતાં કોઈપણને સરળ ઉકેલ સમજાઇ જાય. કોઈ સર્કલ પાસે જ જો ટ્રાફિક પોલીસ ના હોય તો જોવા મળતું દ્રશ્ય કલ્પો. રીક્ષા, મોટર સાઇકલ, મોટર કાર, બસ, ટ્રક બધાં એક સાથે ફસાયેલાં છે. કોઈ જરાક પણ હાલવા તૈયાર નથી. પી પી ને પો પો ના ધોંધાટથી વાતાવરણ ત્રસ્ત બન્યું છે. વાહનોના ધુમાડામાંથી નીકળતી ગરમીને ગુંગળામણથી બાઇક ઉપર બેઠેલા યુગલનું નાનું બાળક રોકકળ કરી રહ્યું છે. તો પણ એ યુગલ આડા અવળા રસ્તાઓ અને ભયંકર ટ્રાફિકમાંથી નીકળવા માટે મથે છે. આ પ્રસંગે મને નરસિંહ મેહતાજીની પંક્તિ " હું પહેલો... હું પહેલો.. એ જ આજ્ઞાનતા..." એવા દર્શનીય ફેરફાર સાથે યાદ આવે છે !હવે જરાક આ સ્થિતિને અલગ રીતે મૂલવો. જો દરેકને જવાની ઉતાવળને સાઇડ માં મૂકી, આગળ જતા વાહનને ૫ સેકન્ડ માટે રસ્તો આપ્યો હોય તો? જરાક ધીમે ચાલીને રોન્ગ સાઇડમાંથી ના ધૂસીએ તો? આ જામમાં વાંક કોનો? સરકાર નો? પોલીસનો? ના. વાંક આપણો. જામ આપણે કર્યો. ધીરજ ના અભાવે, ક્યાંક અભિમાનને લીધે તો ક્યાંક સાચી

ઉતાવળને લીધે આમ થઇ જાય છે. માફ કરશો પણ આના માટે આપણી પછાત અને કૂપમંડૂક માનસિકતા જ જવાબદાર છે. કદાચ ર મિનિટ સાઈડ આપીને કોઈને જવા દેવામાં એવો કયો અહં ધવાય છે એ આજ સુધી હું સમજી શક્યો નથી.આવા સંજોગોમાં ફસાયેલી એમ્બ્યુલન્સ કે ફાયર બ્રિગેડના બમ્બાને ફસાયેલા અને હેરાન થતા જોયા છે. આવા સંજોગોમાં પણ પોતાનું દોઢડહાપણ ના મૂકી, રસ્તો બ્લોક રાખનારા બેવકૂફ રાહદારીઓ ઉપર અત્યંત ગુસ્સો આવે છે અને માફ કરશો પણ આવા સામાન્યબુદ્ધિ હીન નાગરિકોને મારા વ્હલા દેશના પછાતપણા માટે હું સદંતર જવાબદાર ગણું છું. બિલકૂલ શબ્દ ચોર્યા વગર આ લખવામાં મને જરાપણ સંકોચ નથી.

મારી તુચ્છ બુદ્ધિથી હું હજુ એ સમજવા સક્ષમ નથી થયો કે આ કચરાના ઢગ મહાનગરપાલિકા કેવી રીતે ખડકી જતી હશે? કેમકે આપણે તો આરોપ એવા જ મૂકીએ છીએને કે મહાનગર પાલિકા ઉકરડા સાફ કરવામાં નિષ્ફળ ગઇ છે. સાલો કચરો જમીમાં થી ઊધતો હશે? કે કચરાનો વરસાદ થતો હશે? કચરો કેવો લાગતો હશે ચાલતો ચાલતો ઉકરડા સુધી જતો હશે ત્યારે? વ્યાજસ્તુતિ અલંકારને સમજવા જેટલા જ્ઞાની વાયકોનો હું આભારી છું. અતિશય કોમનસેન્સથી વિચારતાં સમજાય કે આ કચરો મારા ને તમારા જેવા નાગરિકો જ નાખી જનારા મહાનુભાવો છે. આપણે ત્યાં હવે લગભગ એકપણ નગરપાલિકા કે મહાનગરપાલિકા કે ગ્રામપંચાયત પણ એવી નથી જ્યાં ડોર ટુ ડોર કચરા લેવાની વ્યસ્થા ના હોય. છતાં આપણો શોખ તો રસ્તે કચરો નાખવાનો જ છે. અને એ કચરો સાફ ના થવાનો દોષ ઢોળવો છે સરકાર ઉપર? મૂર્ખતાની કદાચ તમામ હદ પાર કરવામાં આપણને કોઇ હરાવી શકે એમ નથી. ગમે ત્યાં પાનમસાલા જેવી વાહિયાત વસ્તુ ખાઈને થુંકવાની કળામાં તો આપણે વિશારદની ઉપાધિ મેળવી છે ને? એટલે જ તો એ કલાનું પ્રદર્શન લગભગ દરેક જગ્યાએ આલેખાયેલું હોય છે. જેના માટે પણ આપણે તો સરકારને જ દોષ આપશું, કેમ?

મારે માત્ર એવા જ વર્ગને આ વાંચવા, સમજવા અને અમલમાં મૂકવા વિનંતી કરવી છે, જેનામાં સામાન્ય બુદ્ધિ છે. આપણો દેશ કાંઇ સરકાર સુધારી શકવાની નથી. સરકાર માત્ર પથ બતાવે, માળખું રચી શકે, પણ જ્યાં સુધી દરેક નાગરિકના મનમાં સુધારવાની ઝંખના નહિ જાગે, ત્યાં સુધી આપણો દેશ આગળ વધે એ માનવા યોગ્ય નથી. દિલ્હીમાં બેઠેલો દિવસના ૧૮ કલાક કામ કરતો એક માણસ આપણી પાસેથી માત્ર એટલી જ અપેક્ષા રાખે છે કે આપણે સહકાર આપીએ. દેશ સમાજથી બને છે અને સમાજ આપણાથી. " મારે શું" એવી ઘૃણાસ્પદ મનોવૃત્તિને કોરાણે મૂકી, એટલિસ્ટ યુવાનો પાસેથી તો એટલી અપેક્ષા હોય જ કે સામાન્ય બુદ્ધિને ખીલવે અને એનો અમલ કરે. દેશને કોમનસેન્સ વાળા નાગરિકોની જરૂર છે. બાકી દોઢડાહ્યા બોલબચ્ચનથી તો આપણો દેશ ઉભરાય છે. માછલાં સરકાર ઉપર ધોવા કરતા આત્મમંથન કરવાની અને સાચી રીત અમલમાં મૂકવાની જરૂર છે. ૧૯૪૭થી આવા જ સમાજ વચ્ચે જીવતાં જીવતાં આપણે આદત પડી ગઇ છે આમ જીવવાની. પણ એક વાર ચીલો ચાતરી તો જૂઓ. જરાક અહં અને ઉન્માદ વિસરી, યોગ્ય રાનો અમલ સાચે જ ભારતને સોના ની ચીડિયા બનાવી શકે એમાં કોઇ શંકા ખરી? વિચારો...

****

ચીટિયો - ૯

ગુસ્સાની ગમગીની

નથી આજે એ,

જેને કાલે કહ્યું મેં ગુસ્સા માં,

જા, તારી કિટ્ટા ...

અન્વેષા ગુમસુમ બેઠી હતી. 'એટલી પણ શું નારાજગી હતી અમિતને કે સવારથી બોલાવું છું તો પણ જવાબ નથી આપતો? મારે એને મનાવવા માટે પાડોશીની પણ મદદ લેવી પડે એવો મામલો થોડો હતો? પણ હવે શું કરવું? ખાલી નાની અમથી વાત હતી. એક મેં-બ્લેની લિપસ્ટિક મંગાવવી હતી મારે. હા, થોડું વધુ બોલાઇ ગયું મારાથી. પણ એણેય કાંઇ ઓછું નથી સંભળાવ્યું! હું તો એની સાથે હજુ બોલું છું એટલે જ તો આટલી બધી વાર એને બોલાવ્યો, પણ સાંભળે કોણ? વાંધો નહિ. કાલે ભલે કિટ્ટા કરી એની પણ હવે જેવો જાગશે એટલે તરત જ એની બિલ્લા થઇ જઇશ. એના વગર હું રહી શકું?' આમ વિચારતી હતી એ ત્યાં જ બાજુના રૂમ માંથી વોર્ડબોય આવીને કહી ગયો "અમિત વસાણીના સગાં કોણ છે? ચાલો, આ પોસ્ટમોર્ટમ રિપોર્ટના રીસિવિંગ ઉપર સાઇન કરીને બોડી લઇ જાઓ. અને જલ્દી સ્મશાન લઇ જજો. ડિકમ્પોઝ થઇ રહી છે હવે બોડી!"

આપણે સહુ, માણસો, એકબીજા સાથે પરોવાઇને જીવવા ટેવાઇ ગયેલા છીએ. સંબંધો એ આપણા જીવનમાં આકર્ષણનું કેન્દ્ર બનીને તેને જીવવા અને માણવા લાયક બનાવે છે. પણ, શાશ્વતતાના અભાવે ક્યારેક ને ક્યારેક વિરહ સહન કરવાનો દરેકનો લેખ હોય જ છે. હું કે તમે કોઈ તેમાંથી બાકાત નથી. યુનિવર્સલ ટ્રુથ છે આ. આવો વિયોગ પોતાના આગમનની છડી પોકારે કે ના પોકારે, આપણને તો વિરહ સમયે પારાવાર દુઃખ થવાનું એ નક્કી છે. આમ છતાં પણ સંબંધોમાં અહંના ગૂંચવાડા ઉભા કર્યા સિવાય મનુષ્યસહજ સ્વભાવ શાંત બેસી શકતો નથી! કેવી ગતિ કર્મની!

સંબંધોને લાગતી સહુ થી વિનાશક ઉધઇ છે: અહં. મનમોટાવ આજે દરેક ઘરનો રૂટિન બની ગયા છે. સમય સાથે ઘટતી જતી સહનશક્તિએ લોકોના હૃદયને જડ બનાવી મૂક્યાં છે. એક નાની અમથી વાતને ચિનગારી બનીને આખા ઘરની પ્રેમભરી શાંતિનો મહેલ ધ્વસ્ત કરવામાં ક્ષણભર પણ નથી લાગતી. આખરે દરેક મનુષ્ય માટે પોતાની તમામ ચિંતાઓ, વિષાદો અને ગજગ્રાહથી દૂર થઇ, શાતા આપી શકે તેવી જગ્યા જ્યારે વાક્બાણોથી ગ્રસિત થઇ જાય ત્યારે "માંઝી જો નાવ ડૂબોયે ઉસે કોણ બચાએ?" એવી પરિસ્થિતિ બની જાય છે.

કોઈપણ સંબંધો ક્યારેય શબ્દોથી નથી તૂટતાં. તેઓ તૂટે છે ચુપ્પીથી. શબ્દો એ સંબંધોનો સિમેન્ટ છે. ભલે ગમે તેવા આકરા હોય, શબ્દો દિલ નોબોજ હળવો કરવાનું એક માત્ર સાધન છે. આ સાધનની ગેરહાજરી સંબંધોને ઘસી પાડવા માટે જવાબદાર છે. કિટ્ટા બિલ્લાની રમત નાનપણમાં આપણે સહુ રમ્યા છીએ. તેને નાનપણ સુધી જ સીમિત રાખવાની હતી. આજે આપણે ૪૦-૫૦ વર્ષની ઉંમરે ગિલ્લી-ડંડો કે થપ્પો દાવ કે લંગડી જેવી રમત રોજ સાંજે રસોઇ કરીને કે ઓફિસથી આવીને રમીએ છીએ? તો પછી આ કિટ્ટા-બિલ્લા શું

કામ? સિમ્પલ સમજવાની વાત છે કે જેનું મહત્વ જ્યાં સુધી હોય ત્યાં સુધી જ રાખવું જોઇએ. હોય છે એવા અભિમાનીઓ જેમને માત્ર પોતાના જ શબ્દો વ્હાલા હોય છે. એમને એમના હાલ પર છોડી દો ને! તમે શું કામ મદારીના વાંદરા જેમ નકલમાં અક્કલ ગુમાવો છો?

જીવમાત્રનું અસ્તિત્વ ક્યાં સુધી છે એ હું કે તમે જાણતાં નથી. જે વસ્તુ જાણતાં નથી તેના વિષે વધુ સજાગ રહેવું એ બુદ્ધિમત્તાની નિશાની છે. નવા રસ્તા ઉપર ડ્રાઇવિંગ કરતી વખતે આંખ બંધ કરીને ડ્રાઇવિંગ કરતાં ના હોઇએ તો આ તો જીવતા જાગતા લોકો સાથેના લોન્ગ લાસ્ટીંગ સંબંધોનો સવાલ છે, ભાઈ! પારકાં લોકોની વાત જવાદો, પોતાનાંને હર્ટ કરવા પહેલા વિચારીએ તો પણ ઘણું છે. કદાચ કાલે એ ના હોય કે તમે ના હોવ. આજે રાતે મીંચાયેલી આંખ કાલે ખુલશે જ એવો નક્કર દાવો ઈશ્વર સિવાય કોઈ કરી શકે એ બાબતમાં માલ નથી. કહેવાય છેને કે, ફોટા આગળ અગરબત્તી કરવા કરતાં જીવિત વ્યક્તિને સુવાસિત વાતાવરણ આપો. સફેદ કફન ઓઢાડેલ દેહને વળગીને રોવા કરતાં એ દેહ જ્યારે ચેતનવંતો હોય ત્યારે એને પોતાનો ખભો આપવો જોઇએ. આ બાબત બંને પક્ષે તાદૃશ છે. એક તરફી તાલ ક્યારેય સુરીલો હોતો નથી. પ્રાણીઓ પણ અરસપરસ સહયોગની પ્રથા અનુસરે છે. આપણે નહિ? વય, સ્થળ, કાળ કોઈ બંધન મૃત્યુને નડતાં નથી. સમય રેતીની જેમ સરકી જાય એ પહેલાં તેને સાચવી લેવામાં જ સમજદારી છે. સંસારમાં છીએ તો સંબંધો તો નિભાવવા જ પડશે. અન્યથા ગિરનારની ગોદ તમારી રાહ જૂએ છે.

ક્યારેક એ બોલે, ક્યારેક તમે બોલો. બોલવાનો સિલસિલો રોકાવાનો નથી. એને જેટલી હવા મળશે એટલા વિવાદો વધશે. પારિવારિક શાંતિનો હ્રાસ થવામાં સમય નથી લાગતો. આ અશાંતિના પરિણામ સ્વરૂપ શાબ્દિક યુદ્ધ સર્જાય અને અંતે અબોલાનો અજગર બધી જ ખુશીઓને ભરડામાં લઇને ભીંસી નાખે

છે. સહન કરવું કાંઇ કાયરતાની નિશાની નથી. ભારતના દર્શનશાસ્ત્રમાં માનસિક શાંતિને માનવજીવન માટે અત્યંત મહત્ત્વનું દર્શાવિલ છે. આધ્યાત્મિક ઉન્નતિનું એ પ્રથમ સોપાન છે. શું આ બધું આપણે નથી જાણતાં? જાણીએ જ છીએ. આમ છતાં મૂર્ખતા, અહં અને અજ્ઞાનવશ વારંવાર આ ભૂલ કરવાથી પોતાની જાતને રોકી શકતાં નથી. બધું સાઇડ માં મૂકવામાં જાણે કયો અવરોધ નડે છે? તમે પણ વિચારજો!

યન્ગ અને ટીનએજર્સને આ વાત કદાચ વધુ પડતા વેદિયાવેડા જેવું લાગશે પણ, જયારે તેઓ ઉપની ઉંમર પર કરશે ત્યારે એમને સત્ય સમજાશે કે અંતે કકળાટથી કાંઇ વળતું નથી. હા, આત્મસમ્માનનો ભોગ કોઈપણ સંજોગોમાં આપવો જ નહિ. પરંતુ જયારે વાત પોતાના ઘરની, સ્વજનોની આવે ત્યારે શબ્દો ઉપર સંયમ બહુજ જરૂરી બની જાય છે. કદાચ લાકડાનાં તીરનો લાગેલો ધાવ રૂઝાઈ શકે છે; શબ્દોના ધાવ રુઝાવામાં ક્યારેક પેઢી ને પેઢીઓ નીકળી જાય છે. પોતાની બુદ્ધિશક્તિ કદાચ બીજાથી વિશેષ હોય તો પણ, યોગ્ય સમયે મૌન સ્વીકારી, સહ્રદયીઓ સાથે સમાધાન કરવામાં કાંઇ ખોટું નથી. યુગપુરુષોના જીવનમાં "જતું કરવું" એ એક અભિન્ન સ્વભાવ હતો અને એના લીઘે જ તેઓ જગત જીતી શક્યા હતા. આપણે ભલે વિશ્વવિજય નથી જોઈતો, પણ સાંજે ઘરે જવાનું મન થાય એવું વાતાવરણ તો જોઈએ છે કે નહિ? વિચારો તમારા સ્વજનો વિના તમે શું પોતાની જાતને ટકાવી શકશો? સુખ-દુઃખની ટિપ્પણીઓ કોની સાથે શેર કરશો? કોણ કપરા સમયમાં તમને હાથ આપશે? મિત્ર, વાસ્તવિકતા એ જ છે કે આપણે સામાજિક પ્રાણીઓ છીએ અને આપણે એમની અને એમને આપણી જરૂર છે. ઘેટ્સ ઇટ!

અહીં એક કડવી સ્પષ્ટતા કરી દઉં. આ બાબતને ઉંમર કે સંબંધમાં સિનિયોરીટી સાથે કોઈ જ સંબંધ નથી. હા, વડીલોનું સ્થાન સદાય

પૂજનીય રહ્યું છે અને રહેવું જ જોઇએ. પણ ક્યારેક સંબંધોના પાયા હચમચાવવામાં તેમનું પણ યોગદાન હોઇ શકે એટલું વિચારવા આપણો સમાજ તૈયાર નથી. હંમેશા દોષ સંબંધમાં જુનિયરનો જ હોય તે આપણા સમાજમાં પ્રસ્થાપિત છે. જનરેશન ગેપ વધતો જાય છે જેને લીધે ક્યારેક વડીલો પણ બાળકોને હર્ટ કરી બેસે છે અને ક્યારેકતો ઢળતી ઉંમરે સંબંધો બરડ બનવાથી આગળ વધીને શીતયુદ્ધમાં ફેરવાઇ જાય છે. બંને પક્ષે જતું કરવાની ભાવનાનો અભાવ માતાપિતા અને સંતાનોના શાશ્વત જોડાણને પણ ઓગાળી દે છે. કલિયુગ છે તો સમજશક્તિ માત્ર સંતાનોની જ નબળી પડે એવું નથી. સમય સાથે અપગ્રેડ થઇ, સંવાદિતા જાળવી રાખવી અનિવાર્ય છે.

વ્યક્તિની ગેરહાજરીમાં તેની કિંમત સમજાય એ તો પ્રકૃતિનો નિયમ છે. તેનાથી આગળ જઇને મનુષ્યપણાને સાર્થક કરી, નારાજગીને કાબુમાં રાખવી જ યોગ્ય છે. તલવાર વીંઝી તો કોઇપણ શકે. પણ, યોગ્ય સમયે, યોગ્ય રીતે શાસ્ત્રનો ઉપયોગ કરનાર વિજેતા બને છે, નહિ કે શાસ્ત્ર વિધાનો પ્રખર જાણકાર. હા, બધું તમને ગમે એમ થાય એવું જરૂરી છે જ નહિ. પણ સામે પક્ષે પણ એ જ બાબત લાગુ પડે છે ને? અરસપરસ સહભાગિતાનો અભાવ જીવનમાં કડવાશ સિવાય બીજું શું લાવી શકવાનો છે? સંવાદિતા રૂપી પૂલને સંબંધો વચ્ચેથી તૂટવા દેશો નહિ. કેમકે આજે કહેલું જ્યારે સમજાય ત્યારે માફી માગવા માટે કદાચ કાલે તે સામેનું સ્વજન ન પણ હોય!

****

ચીંટિયો - ૧૦

બાપ તો બાપ છે!

બસ! એમજ અમસ્તું

આજે થયું કે પૂછું હિમ્મત કરીને,

કેમ છો પપ્પા?

એક કરડાકો ચહેરો, દરેક વાતમાં ખિજાવાની કે કોઈપણ ડિમાન્ડને પહેલાં નકારવાની, તેમનો પગ ઘરમાં પડે એટલે એક ખૂણામાં લપાઇ જાવાની અને સતત એમના ભયમાં જીવવાની છબી લઇને જે વ્યક્તિ સાથે આપણે જીવીએ છીએ એ છે પિતા. એમનો અવાજ આવતાં જ ભયનું લખલખું પસાર થઇ જાય એવો એમનો મિજાજ આપણને સમજતો નથી ને? "તેઓ આવા કડક કેમ હશે?" એ પ્રશ્નનો જવાબ મેળવવાની મથામણ સતત કરતા રહેનારા આપણે સહુ એમના વ્યક્તિત્વનો બીજો-સુંદર-પીઢ-જવાબદારી નિભાવતો ભાગ જોવા-સમજવામાં મોટે ભાગે નિષ્ફળ જ જઇએ છીએ. ટીનએજમાં આપણને આપણા સહુથી મોટા દુશ્મન લાગતા આપણા પપ્પાની આપવીતી ક્યારેય સાંભળવાનો પ્રયત્ન કરવાનો તો સવાલ જ નથી! મમ્મી પણ જેનાથી દબાઇને રહે છે એ વ્યક્તિ જાતે પોતે કેટલું દબાણ સહન કરે છે એનો અહેસાસ ક્યારેય ટીનએજમાં આપણે કરી શકીએ નહિ. તો શું ઘરના મુખ્ય આધાર સ્તંભ, શિસ્તના પાયા સ્વરૂપ, સહુના છુપાયેલા કુબેરભંડારી- આપણા પપ્પા- આ મ જ ક્યારેય કોઈ મહત્વ પામ્યા વિનાના રહી જશે?

જનરેશન ગેપ શબ્દ મને તો એમ લાગે છે કે પિતા અને સંતાનોના સંબંધો વચ્ચેના ખાડા જોઇને સંશોધવામાં આવ્યો હશે કારણકે, સહુથી વધુ મતભેદ પિતા અને સંતાનો વચ્ચેજ થતો જોવા મળે છે. સંતાનોની માગણીઓ સામે પિતાની ના એ એમના વિરોધ વંટોળને વધુ ઉન્માદ આપે છે. વાસ્તવમાં પિતાના દૂરંદેશીપણાને લોભી કે ઇગોઇસ્ટિકનો ખિતાબ આપવામાં આવે છે. આપણે ભારતીયો બહુ સુસંસ્કૃત છીએ કે પિતાને હજુ માન-સમ્માન અને મહત્વ આપીએ છીએ. પાશ્ચાત્ય દેશોમાં આવા સંબંધોનું કોઇ મહત્વ રહ્યું નથી. ખેર, આપણે આપણી જ વાત કરીએ. પિતાના ઘરમાં પગ મૂકવા સાથે જ છવાઇ જતો સન્નાટો એ એમના ડરની ચડી ખાય છે. એમની સાથે વાત કરવામાં આપણું ક્યારેક ગળું પણ સુકાઇ જાય છે. એમની હાજરી ક્યારેક સાચેજ આપણે ગૂંગળાવી મૂકે છે. એમની બીકમાં ને બીકમાં આપણે કોઇ વાત એમને શેર નથી કરી શકતા જે સંવાદની ખાઇ બની, સંબંધોને વધુ બરડ બનાવે છે. સામે પક્ષે પિતા પણ પોતાનું પોતાપણું જાળવવાની લ્હાયમાં સંતાનો સાથે લિમિટેડ સંવાદ કરી, અસંતોષને વેગ આપે તેવું સમાજમાં ઘણી વખત જોવા મળે જ છે. કહાની ઘર ઘરકી જેવો માહોલ છે. બહુ ઓછા અપવાદ હોય છે આમાં!(હું એ અપવાદ માંથી એક છું.)

એક વાત દિલ ઉપર હાથ મૂકીને કહો કે આ બધું સાચું છે! બાપ માટે આપણે જે ધારણાઓ બાંધી છે એ સાચી છે! એમનો સ્વાભાવ સાચે જ એવો છે કે આપણે માની બેઠા છીએ? જવાબ શોધવા ક્યારેક પપ્પા એકલા બેઠા હોય ત્યારે છુપાઇને એમને જોવાથી પાક્કું મળી જશે. એમની વિચારાધીન આંખો જો વાંચતા શીખશો તો સંવાદોની જરૂર નહિ પડે. એમના વિચારોમાં પ્રાધાન્ય હંમેશા પરિવારના પાલનપોષણ અને એમના સંતોષયુક્ત જીવન વિશે જ હશે. લીઘેલી લોનના ઇ.એમ.આઇ. અને ઓફિસમાંથી મહિને મળતા પગારનું ત્રાજવું પહેલી તારીખે જ એમના દિમાગમાં તોળાવા લાગતું હોય છે. તમારી સ્કુલ-કોલેજની ફીસ હોય કે લેપટોપ લેવાની જરૂરિયાત, પપ્પા હમેશાં ચુપચાપ વ્યવસ્થા કરે છે. નવાઇતો એ છે કે, તમે માંગણી

મમ્મી પાસે કરો, પૂરી પપ્પા કરે અને પાછા એ વાતની જાણ આપણે મમ્મી પાસેથી થાય! આપણે પપ્પાને કહેતા નથી અને પપ્પા આપણને કહી શકતા નથી! સાઇક્લિક પ્રોસેસ!

દીકરો ક્લાસમાં પહેલો આવે એટલે "સરસ!" એટલું બોલીને ફરી છાપું ખોલીને વાંચવા બેસી જતા પપ્પાના દિલમાંતો દીકરાને ઊંચકીને કુદરડી ફરવાનું મન થતું હોય છે! દીકરી જયારે પરણીને સાસરે જાય ત્યારે "તારા વગર હું કેમ રહીશ?" એ શબ્દો એના હોઠ ઉપર આવીને અટકી જાય છે! મમ્મી જયારે સુંદર સાડી પહેરીને તૈયાર થાય ત્યારે સીટી મારવાનો તોફાની વિચાર પણ પપ્પાના દિમાગમાં આવી જ જાય છે. આમાંથી એક પણ તેઓ કરી નથી શકતા! સમાજે બાંધેલી માન્યતાઓને લીધેજ તો! ઓફિસથી આવીને બોસએ દીઘેલી ગાળો અને કસ્ટમર્સ સાથે થયેલી બબાલો ને સાઇડમાં મૂકી, તમારા કહેવાથી આઇસ્ક્રીમ ખાવા તરત નીકળી પડે છે અને એ પહેલા હળવેકથી પાકીટની નોટ્સ તમે જોઇ ના શકો એમ ચેક પણ કરી લે છે! આપણા ગરમ લોહીમાં ક્યારેક સમાજની બદબો ભળી જતાં આપણે જયારે શબ્દોનું ભાન ગુમાવીને પપ્પાને ક્યારેક ઊંચા અવાજે કહી પણ દઇએ તો પણ ઓફિસમાં કોઇને પણ એક મિનિટમાં સીધાદોર કરી દેતા પપ્પા અહીંયા ચૂપ રહીને આપણને સહન કરી જાય છે. ૧૫૯૯/-માં પોતે એક જોડી સીવડાવવા ૪ દુકાનો અને ૩ દરજી ફરે છે પણ આપણું ૨૨૦૦/- નું પાપે કે ફ્લાઇંગ મશીનનું જીન્સ લેવાનું સપનું પૂરું કરે છે. આપણી નાની અમથી ભૂલ ઉપર આપણને ભયંકર ખખડાવી નાખતા પપ્પા રાતે મમ્મી પાસે એનો ભીની આંખે વસવસો કરતા હોય એ આપણે ના જોયું હોય ને! આ બધું ક્યારેય નોટિસ કર્યું છે? જાણીએ પણ છીએ કે આ હકીકત છે?

યાર, પપ્પા છેને એ ના બોલે! આપણે બોલાવવા પડે! કયરાપેટીનું અસ્તિત્વ માત્ર ભંગાર વસ્તુઓ જ નથી, ભંગાર માનસિકતાઓ અને મૂર્ખ જેવા વિચારોને ડમ્પમાં મોકલવા માટે છે. શા માટે આપણે પપ્પા નામ આધાર સ્તમ્ભથી આટલા દૂર રહીએ છીએ? એમના જેવો સારો મિત્ર મળવો અઘરો નહિ, અશક્ય છે! જેમના પિતા એમની સાથે નથી

એની પીડા જાણો! સદેહે હયાત ન હોય કે માનસિક અને પારિવારિક રીતે વિભક્ત હોય, પિતાની ખોટ ક્યારેય પૂરી શકાય નહિ! આજની પેઢી ફૅમિલી સાથે વાત કરવાને ડાઉન માર્કેટ માને છે! ધૂળ પડી એવા શિક્ષણ અને ડેવલોપમેન્ટને! પુરુષનો કુદરતી સ્વભાવ જ અહંકારી છે. કોઈમાં ઓછો હોય તો કોઈમાં વધુ. આ સર્વસામાન્ય નિયમ છે; કોઈએ બંધબેસતી પાઘડી પહેરવી નહિ. પિતા સામે શું અહંકાર, બોસ! એમની સાથે વાત કરો, સમજો, જાણો. એની સાથે લોન્ગ ડ્રાઇવમાં જાઓ અને એમને એકલા પણ ક્યાંક ફરવા મોકલો! સાથે બેસીને જમો અને હિયકા ખાઓ! એમનો સ્વાભાવ કદાચ થોડો ઓછો મિલનસાર હોય તો પણ શું? એમને જેટલું ગમે એટલું કરો. પણ વાત કરો! બોલો, સમજો અને સમજાવો. મોટી ઉંમરે એમનો એનાલિટિકલ પાવર ઓછો થાય જ, તમારો પણ થશે! કુદરતી પ્રક્રિયા છે. સ્વીકારો અને તૈયાર રહો! એમની મુશ્કેલીઓ એ તમારી સાથે શેર કરી શકે એટલા સંબંધો કેળવો. તમે પણ એમને મુક્ત મને કહી શકો એટલા કોન્ફિડન્ટ બનો. હા, સામે પિતાને પણ સમજાવો કે તેઓ પણ ખુલ્લા હૃદયે બધું સ્વીકારે. પરિવાર છે તો વિખવાદ રહેવાના જ. પણ પિતાને સ્વતંત્ર રહેવા પ્રેરિત કરવા એ આપણી ફરજ જ નહિ, જવાબદારી પણ છે. ૭૦ વર્ષે પણ હુજ્જતથી તેઓ કહી શકે કે "દીકરા, આવ મારા ઘરે, આપણે જલસા કરીએ!" એમનું સ્વતવ જાળવવા માટે એમને પ્રેરીને તમે છેક સુધી એમની નીચે રહો એમાં કાંઈ જ ખોટું નથી! હું વાત કરું છું દીકરા-દીકરી બંને માટેની. શ્વશુર ગૃહ કે પિતૃ ગૃહ, બંનેની! બેલેન્સ એક્ટ!

મિત્રો, જો હજુ તમારા પિતા હયાત હોય તો સંવાદ રાખવો. માં તો ક્યારેય વિસંવાદિતા કરે જ નહિ! અને જો પિતા હયાત ના હોય તો પણ એમને યાદ કરીને સંવાદ કરજો, રસ્તાઓ મળશે! સમાજમાં "જનનીની જોડ સખી નહિ જડે રે લોલ" સાથે જો એ પણ સાંભળવા મળત કે "જનકની જોડ પણ બાપુ, નહિ જડે રે લોલ" તો વધુ સારું લાગત! અમસ્તાજ એમની સાથે કરેલી વાતો એ તમારા મહિનાના ખર્ચ માટે આપેલા પૈસા કરતાં ક્યાંય મૂલ્યવાન છે! દીકરીની વિદાય

વખતે રસોઈયાને ચુકવણું કરવાના બહાને ખૂણામાં જઈને રોતા બાપને ખભો શોધવો પડે એ નાલેશી ભરી વાત છે! બાપ તો બાપ છે! બોલે નહિ ભલે કાંઈ, પણ ઘસતો રોજ જાત છે, યાર, આ બાપ તો બાપ છે!

****

ચીંટિયૉ-૧૧

<u>આપવાની આદત</u>

સૅન્ડવિચની ટુકડી વધ્યો,

મારે નહોતી ખાવી એટલે ધર્યો એને,

અનેએ મલકાઈ ગયો...

સવારથી સાંજ-આખો દિવસ- કમાવા માટે આપણે દોડધામ કરીએ છીએ. એક એક શ્વાસે અસ્તિત્વ ટકાવી રાખવા સંઘર્ષ કરીએ છીએ. અંતે માંડ માંડ બે છેડા ભેગા થાય. જીવનના કાયમના પ્રશ્નોનું સમાધાન શોધવામાં વીતી જતું જીવન અને પાછલી ઉંમરમાં જીવન ઇચ્છા મુજબ ન જીવી શકવાનો વસવસો એ એક મધ્યમવર્ગીય વ્યક્તિની જીવનગાથા છે. આવા સમયે આપણે એમ વિચારીએ કે, અમારું એ ભેગું નથી થતું તો સેવા કરવા ક્યાં જાય? વાત લોજિકલી પણ સાચી છે. એક એવરેજ મિડલ ક્લાસ પુરુષનું આયખું આમ વ્યતીત થાય એ આખા વિશ્વમાં બહુ સામાન્ય બાબત છે. એમાં પણ ખાસ ભારતમાં આ બહુ તાદૃશ જોવા મળે છે.

એક સમયે શાંતિથી વિચારવું જેવી દિવાત છે કે શું આપણે કોઈની મદદ કે સેવા વગર અસ્તિત્વ ટકાવી શકીએ ખરા? આપણને આજે જે પણ મળ્યું છે એમાં કોઈનો ત્યાગ નથી? પછી આમજનની વાત લઇ લો કે પારકાં લોકોની. કોઈપણ પ્રાપ્તિ કોઈકના ત્યાગ વિના મળવી શક્ય નથી. માતાપિતાના પર્સનલ સમય, ઇચ્છાઓ અને ક્યારેકતો

પોતાની જાતના ત્યાગ પછીજ આપણે આજે જ્યાં છીએ ત્યાં પહોંચી શક્યા છીએ. તમે જ્યારે નોકરી મેળવો છો ત્યારે કોઈ એક ઉમેદવારની જગ્યાનો આપોઆપ ત્યાગ થઇ જાય છે. કોઈ બિઝનેસમાં સફળતા મેળવે ત્યારે તેને કોઈને ઓવરટેક કરીને જ સફળતા મેળવી હોય છે, સો સિમ્પલ. ભલે એને તમે પ્રગટ સેવા ન ગણો, પણ પ્રચ્છન્ન રીતે તમે એમના ઉપકાર નીચે આવી ગયા છો એમાં કોઈ શંકા? સહુથી મોટી વાત એ છે કે આપણે આ વાત માનવ તૈયાર જ નથી! એટલેજ આપણે સામે કોઈ ઉપર ઉપકાર, કોઈની સેવા કે કોઈ માટે ત્યાગ કરવાની માનસિકતાજ ગુમાવી ચૂક્યા છીએ. સમાજમાં હકારાત્મક્તાને સાચવી રાખવાનું એક મોટું પરિબળ નિઃસ્વાર્થ સેવા છે. પેલી ફોટોઝ પડાવીને છાપાંમાં આપવા વાળી નહિ હો!

ઘરના પાણીના ટાંકામાં જે પાણી રહેલું છે એને ૧ વર્ષ સુધી અડ્યા વિના રાખી મુકો જોઈએ! દુર્ગંધિત બની જતું એ પાણી કોઈના કામનું નથી રહેતું. જ્યારે એ જ પાણીનો નિરંતર-નિયમિત-સંયમિત ઉપયોગ એને વહેતું અને સરળ રાખે છે. તેવી જ રીતે પાસે રહેલા રિસોર્સીસનો- ખાસ ધ્યાન આપશો: અહીં માત્ર પૈસાની વાત નથી- યોગ્ય ઉપયોગ એમને ચકચિત રાખે છે. તમારી પાસે સમય હોય કે શક્તિ હોય, ધન હોય કે વિધા હોય- જે પણ સરળતાથી અને વિપુલ પ્રમાણમાં ઉપલબ્ધ હોય એની વહેંચણી કરતા રહેવી એ નદીની જળધારાની કોમળતાને સાચવવા જેવું જરૂરી છે. અહીં આપણે શા માટે એમ નથી કરી શકતા ખબર છે? આપણને વિશ્વાસ નથી કે આપણે જે આપીશું એ આપણી પાસે પાછું આવશે કે નહિ?! દ્રવ્ય માટેનું મમત્વ અને આસક્તિ આપણને એને છોડવાની શક્તિ કેળવવા નથી દેતી! અરે મિત્ર, તમારી પાસે જે કાંઈ પણ છે એનો સોર્સ શોધો જોઈએ. શું એ દ્રવ્યનું ઉદ્ભવસ્થાન તમે છો? તો તમે એના અધિપતિ! પૈસાની નોટ્સ પણ સરકારી પ્રેસમાં છપાય છે, તમારા એકાઉન્ટમાં બેન્ક થ્

આવે છે અને ક્યુ.આર.થી તમે પે કરો છો. તમારું શું છે આમાં? નથી, તો શું કામ માલિકીભાવ જતાવવો જ?

જુઓ, મારા મતે, કુદરતે તમને જે કાંઈ પણ આપ્યું છે એ તમારી લાઈફ સ્ટાઇલ સુધારવાની સાથે સાથે બીજાને મદદ કરવાની ભાવના સાથે આપ્યું છે. જેની પાસે છે એ જ તો બીજાને આપી શકે ને? પ્રકૃતિ એવા લોકોને જ સંપન્ન કરે છે જેઓ બીજાને આપવાની ભાવના રાખે છે, વિકસાવે છે અને ફેલાવે છે. પણ, જયારે આવા લોકો જ સંપત્તિ આવતા એમનો મૂળ હેતુ વિસરી જાય ત્યારે હલચલ મચી જાય છે. એક નાનકડું લોલકનું આંદોલન આખી પૃથ્વીને નષ્ટ કરવા પૂરતું છે એ ફિઝિક્સ ભણી ચૂકેલ મિત્રો સમજી શકે છે. પાછું ન મળવાની ભાવનાથી આપો તો પણ શું વાંધો છે, યાર? તમારી પાસે કોઈ તમારું સર્વસ્વ નથી માંગતું. એક નાનકડો અંશ ત્યાગી ના શકો? સઘળી સંપત્તિ તમારી જ છે, બસ એક ટીપા જેટલું બીજાને આપવાનો પ્રયત્નતો કરી જુઓ! જોય ઓફ ગિવિંગએ પાશ્ચાત્ય સમાજમાં એક બહુ અગત્યનો ભાગ બનતો જાય છે. ત્યાં લોકો સ્ટ્રેસ, એન્ક્ઝાઈટી, ડિપ્રેશનથી બચવા માટે આ ગુણને થેરાપી જેમ મહત્વ આપે છે. આશ્ચર્ય સાથે તેના બહુ સારા પરિણામો પણ મળે છે. જયારે, આપણા સમાજ અને સંસ્કૃતિમાંતો પરાપૂર્વથી દાન અને ત્યાગના ગુણોનું સિંચન કરવામાં આવે છે છતાં પણ આવી ઉદાસીનતા પીડાદાયક છે.

મારી અંગત વાત કરું તો, પર્સનલી પૈસા માંગતા લોકો પ્રત્યે મને અણગમો છે. પોતાના આળસ, મૂર્ખતા અને બેજવાબદારી ને કારણે બીજા પાસેથી માંગવાની વૃત્તિ મને અતિશય ત્રાસ આપે છે. સામે, જરૂરિયાતમંદ લોકોને કંઈક આપવામાં મને સંકોચ થતો નથી. આમ છતાં, પૈસા કરતાં વસ્તુ આપવું મારા માટે સુયોગ્ય છે. કોઈ ભિક્ષુકને એમનેમ પ/- રૂપિયા આપીને એને તમ્બાકુ-બીડી કે દારૂ પીવા આડકતરી રીતે પ્રોત્સાહન આપવા કરતાં એને ૬૦/- રૂપિયાની થાળી જમાડવું વધુ બુદ્ધિનું કામ છે. આ રીતે આપો કે તે રીતે આપો, પણ

આપવાની વૃત્તિ કેળવવી જરૂરી છે. કુદરત સાઇકલ ગોઠવીને બેઠી છે. આપશું તો આવશે અને આવે એટલે આપવાનું. બહુ સરળ ગણિત છે, ભાઈ! સમજણશક્તિને બહુ કાંઇ કસવાની જરૂર નથી આમાં.

તમે જાણો છો કે, વિશ્વમાં જેટલા વિકસિત દેશો છે એની સહુથી મોટી સમસ્યા શું છે? ડિપ્રેશન! નવાઈની વાત તમને એ લાગશે કે, એ લોકોએ ડિપ્રેશન સામે લડવા માટે 'જોય ઓફ ગીવીંગ' સ્લોગન અપનાવ્યું! આપીને આનંદ મેળવો, જે તમારી શક્તિ મુજબ હોય! કેવું વિચિત્ર? આપણી સનાતન સંસ્કૃતિમાં "ત્યેન ત્યક્તેન ભૂઞ્જીથા:" તો યુગો પહેલા કહેવાયેલું છે. પેલા લોકો એને આજે મહત્વ આપે છે. અને હવે શું થશે ખબર છે? ત્યાંથી એ વાયરો અહીં આવશે અને જેમ "યોગ" નું "યોગા" થયા પછી આપણે એની કિંમત કરવા લાગ્યા એમ જ ત્યાગની પણ કાંઇક નવા ગતકડાં સાથે એન્ટ્રી થશે. એવી રાહ જોવાની જરૂર જ શું છે? સ્વબુધ્ધિનો ઉપયોગ હિતાવહ છે. જોય ઓફ ગીવીંગને અહીંથી જ વધાવીને ખીલાવીએ તો? અરે જે મઝા આવે!

જે આપી શકે, તેને જ પ્રકૃતિ આપે છે. એને પણ પોતાનું સાઇકલ ચલાવવાનું છે. સજીવ કે નિર્જીવ- દરેક તત્વ એક નિયમિત સાઇક્લિક પ્રોસેસથી ચાલે છે. રોટેશન ઓફ મેટર જ સૃષ્ટિના સંચાલનનું બળ પૂરું પાડે છે. આ સંચાલન ચક્ર માટે દ્રવ્યનું પરિભ્રમણ જરૂરી છે. બહુ અઘરી ટર્મિનોલોજી લાગી? અરે, સાવ સહેલું છે. તમને કોઇક આપ્યું છે, તમે કોઇકને આપશો અને એ પણ કોઇને આપશે. ઉર્જાનો ક્યારેય નાશ થતો નથી પણ, તેનું એક સ્વરૂપમાંથી બીજા સ્વરૂપમાં રૂપાંતર થાય છે. બસ, આટલું સહેલું છે. કોઇ તમને કાંઇ ન આપે તો તમારી શી હાલત થશે એ વિચારી જૂઓ. ભલે મહેનતનું વળતર મળે છે તમને પણ, જો એ પણ ન મળે તો? સો માઇ ડિયર બ્રધર્સ એન્ડ

સિસ્ટર્સ, આપવાની આદત પાડવા લાગો. બહુ ગમશે! મને તો ગમે છે, તમે પણ કહો, કેવું લાગે છે?

****

ચીંટિયો -૧૨
લુપ્ત થતી લાજ

લજામણીનો છોડ,

સંકોચાયો સ્પર્શમાત્રથી શરમાઈને,

પણ આ માણસ તો..

એક વિચિત્ર સ્ટેટમેન્ટથી શરૂઆત કરું? આજના સમાજમાં નાલાયક અને નાક વગરના લોકો બહુ સુખી અને આગળ પડતા હોય છે. જૂઓ, જરાય શબ્દો ચોર્યા વિના પૂરા હોશો હવાસમાં લખું છું હોં! સત્ય કડવું અને કળિયુગમાંતો આશ્ચર્યજનક જ હોય ને! પોતાના ફાયદા કે સુરક્ષા-સલામતી માટે વિશ્વાસઘાતની પરાકષ્ઠા સુધી આજનો માણસ બહુ આસાનીથી પહોંચી ગયો છે! કેવી અદભુત વાત! એક ક્ષણ પણ બીજાનો વિચાર કરવાની ફુરસત કોઈને નથી. આગળ વધવા કોઈને કચડવા પડે તો પણ સંકોચ ના કરવો એ ટ્રેન્ડિંગ સ્લોગન બની ગયું છે અને આપણે બેવકૂફો એનો ગર્વ લઈએ છીએ! હા...ધિક...હા..ધિક!

સામાન્ય સમજ છે કે આગળ વધવા માટે કે જે પરિસ્થિતિ છે, તેને ટકાવી રાખવા માટે સંઘર્ષ જરૂરી નહિ, અનિવાર્ય છે. પણ એ સંઘર્ષ કોઈને હાનિકર્તા હોય તો બે ક્ષણ થોભીને વિચારવા જેટલી સમયની અવધિ કાઢવાનું આયોજન આપણે સહુ ભૂલી ગયા છીએ. માત્ર

પ્રગતિ કે વિકાસ નહિ, જીવનના દરેક ક્ષેત્રમાં શરમ, લાજ કે પ્રોટોકોલને કચરાપેટીમાં પધરાવી દીધો છે આપણે. શબ્દોનો ઉપયોગ હોય કે સંબંધોની ગરિમા, આપણું કાર્યસ્થળ હોય કે કુટુંબકબીલો, મર્યાદા હવે નામશેષ થઇ રહી છે! કેટલાએ વિવાદો કે સંઘર્ષ ટાળી શકાય તેવા હોય છે તેમ છતાં શરમ કે મર્યાદાના અભાવે તેમને હવા મળે છે અને દાવાનળ ફાટી નીકળે છે. મગજને આપણે એટલું ફાસ્ટ ચલાવીએ છીએ કે અત્યારની પ્રતિક્રિયાની ભવિષ્યમાં શું અસર પડશે એ વિચારવા માટે એક સેકન્ડ પણ નથી ફાળવતાં. એવો વિચાર કરવામાં સમય ઇન્વેસ્ટ કરતાં આપણને સ્લો સ્નેલનો ખિતાબ મળશે એવો ભય લાગે છે. મૂર્ખ માનસિકતાને લીધે ઉતાવળને સ્વભાવ બનાવી, વિવેચન કરવાની આદતને અવગણવાથી મળતાં પરિણામો માં અને તમે પોત-પોતાનાં જીવનમાં જોયાં જ છે. ખરુંને?

લાજવાને બદલે ગાજતું એવી મસ્ત કહેવત આપણા ગુજરાતીમાં છે અને એને જાણે આપણે આત્મસાત કરી લીધી છે. શરમને નિર્માલ્યતાની સાથે જોડીને એને અળખામણી બનાવી દીધી છે. શરમ એ એક સ્પીડ બ્રેકર છે- કરવા યોગ્ય અને ન કરવા યોગ્ય કાર્યો વચ્ચે. શરમ ક્યારે આવે ખબર છે? તમારા અંતરાત્માને ખબર હોય કે આ કામ કરવા જેવું નથી છતાં આપણે કરીએ અને પછી અંતરાત્માનો ડંખ વાગે એ છે શરમ. મતલબ એમ કે દરેકની ડિફૉલ્ટ મેમરીમાં એ બધું ફીડ જ છે- સારું નરસું બધું જ. યોગ્ય સમયે યાદ આવે તો બચી જવાય. યાદ આવે છતાં પણ કરીએ તો બેશરમનું બિરુદ તો લાગે જ ને! "હા! પસ્તાવો વિપુલ ઝરણું, સ્વર્ગથી ઉતર્યું છે. પાપી તેમાં ડૂબકી દઇને પુણ્યશાળી બને છે!" આ તો બરોબર છે! પણ પસ્તાવા જેવું કામ કરવું જ શા માટે એનું એનાલિસિસ થઇ જાય જો પહેલાં જ આપણાં શરમના ભાવને આપણે માન આપી, ધ્યાન આપીને સમજીએ! પણ શરમને તો આપણે પોતાના ખિસ્સામાં સંતાડીને રાખીએ છીએ ને! કોઈક જોઈ જાય તો? શરમ એ સ્ત્રીનું ધરેણું છે અને એટલેજ સ્ત્રી ભલે કદાચ ઝડપમાં પુરુષો કરતાં ધીમી હોય, પણ

એક્યુરસી અને પર્ફેકશનમાં પુરુષો કરતાં બે ડગલાં આગળ છે- ઘર હોય કે ઓફિસ!

શરમએ એલાર્મ છે ખોટું કરતાં રોકવાનું! જયારે કુદરતની રચના એવા લજામણીના છોડમાં પણ સ્પર્શથી સંકોચાઇ જવાનું હુન્નર મૂકવામાં આવ્યું છે તો મનુષ્યમાં તો હોય જ કે નહિ? પણ તકલીફ એ છે કે મનુષ્યને જે ગિફ્ટ સ્વરૂપે બુદ્ધિ મળી હતી એનો એ વધુ પડતો ઉપયોગ કરીને કુદરતના નિયમોને ઓવરટેક કરવાની કામગીરીમાં વ્યસ્ત છે. જેના પરિણામ રૂપ અનેક નરસા બદલાવો આપણે અનુભવી રહ્યા છીએ. આમાંથી એક શરમનો અભાવ પણ છે! સૃષ્ટિમાં જેટલા જીવો છે- તે તમામમાં મનુષ્ય બૌદ્ધિક રીતે વિકસિત છે. સુવિકસિત મગજ તર્કનું ઘર હોય છે ને એટલે જ પોતાનાં તર્ક સાચા પાડવા આપણે કુદરત સામે બાથ ભીડીએ છીએ, જયારે વનસ્પતિ સૃષ્ટિ અને પ્રાણી સૃષ્ટિ પોતાને કુદરતના સંપર્કમાં અને સંસર્ગમાં રાખવામાં સફળ નીવડી છે અને સદા સુપ્રીમ પાવર સાથે તાલ મિલાવવામાં સફળ રહી છે. આપણને પણ જરૂર છે એ કોલ સાંભળવાની. થોડીક બ્રેક મારીને પોતાની લાગણીઓને સમજવાની, સારાં-નરસાંનો ભેદ સમજીને અનુસરણ કરવાની. ઉદ્દંડ બનીને મળેલી સફળતા ધૂળ બરાબર છે એ વિચારને દૃઢ કરવો હવે જરૂરી છે. સમય સાથે થતી અધોગતિને રોકી, એક શ્વાસ લઇ, પાછા ઉન્નત માર્ગે જવાની ક્રિયા સમજ્યા વિના હવે નહિ ચાલે.

ક્યારેક તો મને પોતાને એટલા આશ્ચર્ય સાથે ઘૃણા થાય છે કે, સમાજનો મોટો હિસ્સો એવા લોકોથી બનેલો છે જે બેશરમીની તમામ લિમિટ ક્રોસ કરીને બેઠા છે. પાછા, પોતાને ઉચ્ચ કોટિના સહૃદયી સાબિત કરવામાં કોઈ કસર નથી છોડતા. તેમને એમ છે કે તેમની આ નાલાયકી કોઈની નજરમાં નથી. પણ એવા મૂર્ખાધિશ એટલા અક્કલવાન નથી હોતા કે એમને સમજાય કે બાકીની દુનિયા કાંઈ બેવકુફીથી નથી બની. પોતાની ઇજ્જત અને સ્વમાન બચાવવા

માટે મૌન પસંદ કરતા આવા સદ્‌ગૃહસ્થોને નબળા સમજી, તેમની ઉપર ધોંસ જમાવવાની એક પણ તક આવા લુચ્ચા શિયાળિયાંઓ મૂકતા નથી. એમના માટે પરિવાર, સહકર્મીઓ, મિત્રો કોઇનું કાંઇ જ મૂલ્ય નથી. એક ટુકડો આવા લોકોનો- આખા સમાજને કલંક લગાડે છે. નથી એમનો વિરોધ કરનારું કોઇ કે નથી એમને સમજાવનારું કોઇ. ચલતી હૈ તો ચલને દે! મારે શું? કેમ?

શરમને જો સ્ત્રીઓનું ધરેણું ગણવામાં આવે છે. પુરુષો માટે એ ઢાલ બની શકે છે એવી કોઇ ઉક્તિ ક્યાંય જોવા મળતી નથી, ભલે એ વાસ્તવિક છે તો પણ! ઓટો પાઇલોટની જેમ માર્ગ ભટકતા રોકવા માટેના કુદરતી મેનેજમેન્ટનો ભાગ છે એ. સંકુચિત માનસિકતાની નિશાની નથી, વિશાળ હૃદય અને સાફ મનની અનુભૂતિ છે. જેને શરમ ના હોય એણે સામે શરમ કરવી જોઇએ! સતત પોતાના અહંકારના ડુંગર નીચે દબાઇને હાથે કરીને પોતાની ધોર ખોદવી ક્યાંય બુદ્ધિમત્તાની નિશાની તો છે જ નહિ! સામાજિક, આર્થિક કે વ્યવસાયિક- તમામ પ્રશ્નોનું હલ આ એક જ સ્વભાવ મેળવી શકે છે એટલું સિમ્પલ જ્ઞાન શા માટે આપણને નથી? કોઇ બજારમાં ઉભા રાખે તો ૧૦૦ રૂપિયાના દહાડે પણ મજૂરીએ ના રાખે એવા લોકો અભિમાનનું પૂંછડું પકડીને જીવે અને શરમ-હયાને કૂવામાં ધકેલીદે એ પરિસ્થિતિ ઘણા બધા દુ:ખોનું કારણ બની બેઠી છે. પોતાની અક્કડને કૂડામાં નાખી, આજથી જ જરૂર પડે ત્યાં બિન્દાસ શરમની પીંછી ફેરવજો. બચી જશો બાપુ, ગૅરંટી!

આચાર્ય વિષ્ણુગુપ્ત ચાણક્યએ એમની ઉપદેશક વાક્યાવલિ- ચાણક્યનીતિમાં આ પ્રકારના લોકોથી સાવધ રહેવા સ્પષ્ટ સૂચના આપી છે. શરમવિહીન અને અતિશય સ્વાર્થી મિત્રો કરતાં નીતિમત્તાયુક્ત દુશ્મન સારો. અરે હા! સહુથી મહત્ત્વનું એ છે કે ક્યાંક તમે તો આ કેટેગરીમાં નથી આવતાને? સ્વરક્ષણ માટે ક્યારેક

રાજનૈતિક કુટિલતા વાપરવી પડે તો એમાં કોઇ દોષ નથી. પરંતુ, જો એ આપણો સ્વભાવ બની જાય તો મહેરબાની કરીને જંગલનો રસ્તો પકડી લેજો. આપશ્રી સમાજની વચ્ચે રહેવાની લાયકાત ગુમાવી ચૂક્યા છો! જે પ્રકારનું વર્તન તમારી સાથે થાય એવું તમે નથી ઇચ્છતા તેવું જ વર્તન અગર તમે બીજા સાથે કરો તો તમારી પાસે બૂમરેન્ગ જેમ જ એ પરત આવવાનું જ છે! ઉપદેશાત્મક લાગશે પણ પ્રેકિટકલ બાબત છે. સમયની સાથે અપગ્રેડ અને વિકસિત મેન્ટાલીટી ની જરૂર છે, નહી કે રિવર્સ જવાની!

At the end of this chapter, બસ કહેવાનું એટલું જ છે કે, શરમને શરમમાં દબાવો નહિ! મુક્તપણે એને વ્યક્ત થવા દો. ઘણી વિપત્તિઓથી બચી જશો. બીજા શું વિચારશે એ પણ જો આપણે વિચારશું તો બીજા શું વિચારશે? છોડોને એ ક્રૂપમંડૂક માનસિકતાના ફાટેલા ચીંથરા જેવા લોકોને! રહેવાદો એમને એના અભિમાનના કિલ્લામાં. સ્વસ્થ અને મસ્ત રહેવું હોય તો હળવુંફૂલ મન જોઇએ અને એ ત્યારેજ શક્ય બને જયારે એ મનમાં કોઇ બોજ ન હોય! અને શાંત મન માટે શરમ એ અદ્ભુત ટોનિક છે જે તમને કેટલાએ વિષયક્રોથી બચાવી લેશે! વિશ્વાસ ન આવતો હોય તો ૧૦ દિવસ પ્રયત્ન કરી જૂઓ પછી મને પ્રતિભાવ આપજો બસ? આપણે ક્યાં દિવસોના દુકાળ છે?રાહ તો જોઇશ તમારા કૉમેન્ટ્સની.

****

ચींટियों - ૧૩

<u>*સંવાદનું સંધાન*</u>

એક પાંદડું ખર્યું,

થયું કે ફરી ચોંટાડું એને,

કદાય ખીલે તો...???

મનુષ્યોની શક્તિ ગણો કે નબળાઇ- સંબંધનાં સમીકરણો તેનું જીવન ઘડે છે. ગમે તેવો નજીકનો સંબંધ પણ એક અદૃશ્ય અને અતિ પાતળા તાંતણાથી જોડાયેલો હોય છે. તે જેટલી આસાનીથી તૂટે છે, એટલી સરળતાથી જોડાઇ શકતો નથી. વર્ષોના સિંચન પછી દૃઢ થયેલો કોઇ સંવાદ, અચાનક પવનની એક નાનકડી લહેરખી ઉડાવીને લઇ જાય છે. આપણે નસીબદાર છીએ કે ભારતવર્ષમાં સંબંધો ટકાવી રાખવાની પારિવારિક શિક્ષા પેઢી દર પેઢી આપવામાં આવે છે. આજની જનરેશન પણ આમાં સાથ પૂરાવે છે. પણ, પાશ્ચાત્ય દેશોમાં સંબંધો કાગળનાં ફરફરિયાને આધીન બનીને રહી ગયા છે. લોકો પોતાની ફ્રીડમ માટે એ લાગણીઓને કોરાણે મૂકતાં શરમાતા નથી. વેલ, આપણે આજે સંબંધો તૂટવાની વાત નહિ કરીએ, ઘર ઘર કી કહાની છે એ તો. વાત છે, સંબંધો અલોપ થયા પછીની અકથ્ય અકળામણની. વસવસા અને વલવલાટની અને અસહ્ય પશ્ચાતાપની.

જેમ આપણે અગાઉના લેખમાં જોયું તેમ, શરમનો અભાવ અને અભિમાન કે આત્મશ્લાધાનો અતિરેક માણસના સંબંધોને સ્મશાનની રાખમાં ફેરવી નાખે છે. થાય, દરેક સમાજમાં- દેશમાં- ઘરમાં આવું

બનતું જ હોય છે. કોઈ નવી નવાઈ નથી. પણ આવી ઘટના બન્યા પછી જયારે ક્રોધ શાંત થાય, વાસ્તવિકતા સમજાય કે સંબંધો-લાગણીઓ અને પ્રેમ વિના રહેવું કેટલું દુષ્કર છે, ત્યારે આપણે રસ્તાના એવા ટર્ન ઉપર હોઈએ કે જે માત્ર વન-વે હોય. હંમેશા વાંક આપણો જ હોય એવું ક્યાં જરૂરી છે? સામે વાળાની કોઈ અપ્રિય પરિસ્થિતિનો ભોગ આપણે બન્યા હોઈએ એમ પણ બને. પણ અંતિમ પરિણામ સ્વરૂપે જયારે સંવેદનાઓના ભગ્નાવશેષ મળે ત્યારે દુઃખ થાય એ સ્વાભાવિક છે. જો આપણે પોતાનાં જ કર્મો ઉપર આવો વિયોગ ભોગવતા હોઈએ તો માફ કરશો, આપણે એ જ લાયક છીએ. મૂર્ખતાની વાત એ છે કે અતિ વિષમ માનસિક પરિસ્થિતિમાં આપણે એવી ડોબાછાપ પ્રતિજ્ઞાઓ લઇ બેસીએ- ઓફકોર્સ પેલી ગધેડા છાપ ટેલિવિઝન સિરીઅલ્સના બુડથલ રાઇટર્સના ગટરછાપ મગજની ઉપજ સ્વરૂપ વાર્તાના પ્રભાવ હેઠળ- કે પછી પાછા ફરવાના રસ્તાઓ ઉપર આપણે પોતે જ ખંભાતી તાળું ઠોકી દઇએ છીએ. ઇચ્છવા છતાં હવે માફી માંગીને બધું નોર્મલ કરવાની ક્ષણો પાછી લાવવાનો કોઈ માર્ગ છોડતાં નથી. હાઉ ઇડિયટ્સ વી આર..!!!

એક વાર સંબંધ તૂટ્યા પછી જોડાવાનો ક્રમ તો કુદરતમાં પણ નથી. વૃક્ષનું એક પાન એના ઉપરથી તૂટ્યા પછી શું તેને પાછું તેની જગ્યાએ ચોંટાડવું શક્ય છે? હાલો, મારા કેટલાક બુદ્ધિજીવી મિત્રોની માન્યતા મુજબ સેલોટેપ કે ફેવીક્વિકથી ટપકાભેર એને ચોટાડીયેય ખરાં, પણ શું એ પહેલાં જેમ ઉઝરશે? બાપુ, અશક્ય બાબતોની ચર્ચા માત્ર મૂર્ખતુંડી લોકો જ કરે, આપણે નહિ! અરે, એક વાર નીકળેલા પ્રાણ પાછા ક્યારેય આવી શકતા નથી, તૂટેલો પથ્થર ક્યારેય જોડાઇ શકતો નથી. આ બધાંને કુદરતે મર્યાદામાં બાંધી દીધા છે. બસ, માત્ર મનુષ્ય સંબંધોને જ આમાં ચેલો કાર્ડ આપેલું છે! તૂટેલા દિલ અને ખરેલા વાળ સહિત બધું જોડી શકવાની ક્ષમતા હોમો સ્પીઅન્સને યુનિવર્સની દેન છે. આમ છતાં, આપણે તાર્કિક હોશિયાર માનવ સ્વરૂપ પ્રાણીઓ એનો ક્યારેય યોગ્ય ઉપયોગ કરતા શીખ્યાં?

પોતાની સુખદ ઝીંદગીને દોઝખ બનાવવા આપણે સહુ સતત પ્રવૃત્ત રહીએ છીએ જે આપણી અલ્પબૌધિક ક્ષમતાની પરાકાષ્ઠા છે. લટકેલા કે તૂટેલા લાગણીના પૂલોને લટકવા દેવામાં આપણે પાશવી આનંદ આવે છે! પોષાય છે આપણો અહંકાર એમાં. ઈર્ષ્યાના દાવાનળમાં સ્ત્રીઓ અને અભિમાનના દરિયામાં પુરુષો પોતાની સહૃદયતા અને શાશ્વત સુખનો હોમ આપી ને તાળીઓ પાડતાં પાડતાં નાચે છે! લોહી ઉકળી ઊઠે એવું આ દૃશ્ય જોઈ, મને તો કમકમાં આવી જાય છે!

ક્યારેય વિચાર કર્યો છે એવા પતિ-પત્નીનો જેઓએ પોતાના સહજીવનની શરૂઆતની પળો આહલાદકતાથી માણી હોય અને હવે એકમેકના ચહેરાથી પણ એમને ઘૃણા હોય! એવા માતા-પિતા જેમને પિતાનું સર્વસ્વ સંતાનો માટે ન્યોછાવર કર્યું અને હવે એ જ સંતાનો- દીકરો હોય કે દીકરી- એમને ગણકારતાં જ નથી. સામે છેડે, એવા સંતાનોની હાલત પણ બદતર હોય છે, જેઓ પોતાના માતા-પિતાનાં જોહુકમીભર્યા સ્વભાવ કે હિટલરશાહી વાણી-વર્તનથી અંદર અંદર રિબાઈને જીવતાં હોય! અરે, વર્ષોથી જિગરજાન મિત્રો વચ્ચે એક ગેરસમજથી સર્જાયેલા ભૂકંપની તિરાડો આખેઆખા વ્યક્તિત્વને ધ્વસ્ત કરી નાખવા સમર્થ છે. પતિ-પત્ની કે પ્રેમી પંખીડાઓ વચ્ચે તો આવી ચકમક ક્યારેક વ્હાલની અભિવ્યક્તિમાં વર્ધક બને છે પણ એક હદ સુધી જ. એ પછી ઝરતા તણખા, મધમઘતા બગીચાને રાખના ઢગલામાં પરિવર્તિત કરી નાખે છે. સહુથી ભયંકર સ્થિતિ ટીનેજ સંતાનો અને વાલીઓ ની હોય છે. આ સમય જનરેશન ગેપ સર્જવા માટે ઉત્કૃષ્ટ છે, જે આજીવન કાંટો બનીને ખૂંચ્યા કરે છે. વન સાઇડેડ મેન્ટાલીટીથી પીડાતા આપણે સહુ આવી ઘટનાઓને પંપાળી, બીજા સામે એના રોદણાં રોઈ, સિમ્પથી મેળવવાનો પિશાચી આનંદ લઈએ છીએ- આ સિસ્ટમને બદલવાની જગ્યાએ. સમજણની જરૂર હોય એવું નથી લાગતું?

એક વાત કહું? સાચ્યું કહેજો હો! તમારી સાથે પણ આવું ઘણી વખત બન્યું છે ને? તમને પણ ક્યારેક આવી ઘટના પછી જોરજોરથી રડવાનું મન થયું છે ને? દિમાગ ઉપરથી ગુસ્સો ઉતરે અને અંતે વાસ્તવિકતાનું ભાન થાય કે, "અરે, આપણે તો આના વગર ચાલે એમ ક્યાં છે?" ત્યારે આપણા શબ્દો ઉપર આપણને પારાવાર પસ્તાવો થાય છે. પણ વ્યર્થ! આપણી પોતાની જ અક્કલમઠ્ઠી વિચારધારાએ આપણને સળિયા પાછળ ધકેલી મૂક્યા છે. ફરી ફરીને કહું છું, ઈર્ષ્યા અને અહંકારને કયરાપેટીમાં નાખતા શીખવું જરૂરી છે. તૂટેલું પાન કદાય નહિ જોડી શકાય પણ જર્જરિત સંબંધો ફરી પ્રાણ ફૂંકવા આપણા માટે શક્ય છે, જો કરવું હોય તો! સુલેહપૂર્ણ સમાજ અને પરિવાર જીવનનો સુખદ અંત લાવે છે. સામી સાંજે હાસ્ય સાથે હિંચકા ઉપર સહપરિવાર ચા પીવાનો આનંદ બહુ ભાગ્યશાળી લોકોને જ મળે છે. તમને એમાં શામેલ થવાનું સૌભાગ્ય જોઇએ છીએ કે નહિ એ નક્કી તો તમારે જ કરવું પડશે.

એક્સપ્રેશન એ સંબંધોનું ફેવિકોલ છે. પુરુષો સામાન્ય રીતે પોતાની લાગણીઓ મુક્તપણે દર્શાવવા સમર્થ નથી હોતા. યાર, એ લોકો એના માટે બનેલા નથી. એમને કુદરતી રીતે જ નથી આવડતું. આ સત્યમાં પિતા, પુત્ર, ભાઈ, કાકા, મામા, દાદા, મિત્ર બધાં જ આવી ગયા હો! તો શું એનો મતલબ એમ કે તેઓ પથ્થર છે? એમની અંદર પણ લાગણીઓના પૂર વહેતાં હોય છે પણ એના વહેણ ભૂગર્ભીત રહે છે. એને જોઇ ન શકાય પણ માણી શકાય. આવી વૃત્તિ ક્યારેક સંબંધોના વિચ્છેદનું કારણ બની જાય છે. આ સમયે સમજણથી થતું વર્તન તૂટેલા પાનને ફરી ખીલવાનું પ્રેરકબળ પૂરું પાડે છે. સામે છેડે, સ્ત્રીઓની લાગણી અભિવ્યક્તિનો અતિરેક પણ ધ્વસ્ત સંબંધોનું મૂળ હોઇ શકે છે. સ્ત્રી કે પુરુષ- બંને નાં સહિયારા પ્રયત્નોનું પરિણામ એક સ્વસ્થ સંબંધ હોય છે. સમાજના કોઇપણ છેડે, નાત-જાત, ધર્મ કે સમુદાયના ભેદ વગર આ વાત સત્ય છે, ચકાસી જોજો! થોડું તમે જતું

કરો- થોડું એ કરે., બસ! બાજી મારી લીધી. ચિનુ મોદીજી "ઇર્શાદ"ની એક હૃદયસ્પર્શી ગઝલના કેટલાક શબ્દો અહીં અપનાવવા જેવા છે-

"લે! આ મને ગમ્યું તે મારું,

પણ જો તને ગમે તો તારું!

તારું-મારું ગમવું પણ,

લાવ લાવ કરીએ, સહિયારું!"

કુદરતના નિયમોને ચેલેન્જ આપીને પોતાની સ્થિતિ બદલવાની મથામણમાં અમૂલ્ય શક્તિ કે ક્ષણો ને વેડફવાને બદલે પહેલેથી જ થોડું થોડું અપગ્રેડ કરીને જલસાપાર્ટી જેમ જીવવા મળે તો ખોટું શું છે? જો, પરિવર્તન વિના શાંતિ મેળવી અશક્ય છે. મહેનતતો થશે જ. સ્વભાવ, વૃત્તિ અને પ્રકૃતિદત્ત ગુણોને કાબુમાં કરવા કાંઈ નાનીમાંના ખેલ છે? આગ સાથેની રમત છે, વ્હાલા! એક વાર આ ડેર ડેવિલ્સ જેવી આ રમતમાં જીતી જાઓ પછી મોજ-એ-મોજ જ છે. શું થયું થોડું ઝૂકવું પડે તો? શું વાંધો છે થોડું જતું કરવામાં? આજુબાજુની દરેક પરિસ્થિતિને માથે ઓઢીને એની નકારાત્મક અસરોને આપણા ડાયમંડ કેરિંગ બ્રેઇનમાં શું કામ ઠાલવવા? પછી પાછળથી થીગડાં મારીને ગાડું ગાબડાવવું એ ક્યાંની સમજદારી છે? ક્યારેક બહુ પ્રયત્ન પછી પણ જયારે સુલેહ ન સધાય ત્યારે થતી ગૂંગળામણ જીવલેણ બની જાય છે, શું આપણે જાણતાં નથી? યાર, છોડોને! ભલે કાયર તો કાયર, બીકણ તો બીકણ- તમારો અંતરાત્માતો હંમેશાં તમને સંતોષની લાગણી જ અપાવશે. ઇરરીવોકેબલ હાર્મ થયા પછીની સ્થિતિ ટાળવી આપણા હાથમાં જ છે, સમજાય છે? એક હદ સુધી સમાધાન પ્રેમાળ જીવનની કુંજી છે. ટ્રાય કરજો, મેં તો કરી છે... એટલેજ કહું છું... પછી તમને જેમ યોગ્ય લાગે એમ...

ચીંટિયો - ૧૪

ઓવર સંસ્કારીઝમ

ઝગડો, વિવાદ, કંકાશ, ક્લેશ, ડખ્ખો, વિરોધ... આ બધા શબ્દો થી કોસો દૂર રહેનારો એક વર્ગ છે. જેમાં લગભગ મારા તમામ વાચક મિત્રો આવી જાય છે. હું પણ સમાવિષ્ટ છું હો! "કોણ માથાફૂટ કરે?" કહીને પરિસ્થિતિ થી અલગ રહેવામાં આવો વર્ગ માહેર છે. ભલે પોતાના હક જાય, પોતાના અસ્તિત્વ ઉપર જોખમ આવી જાય પણ "આપણે એમાં ના પડાય..એ આપણા સંસ્કાર નહિ." બસ! આ એક આપણને છટકબારી મળી ગયી છે- સંસ્કાર. પોતાના હક માટે અવાજ ઉઠાવવો એ અસંસ્કારિતા? સાચી વાત કહેવી એ અસંસ્કારિતા? મિત્રો, આજે આ ઉકળતા ચરૂ જેવા વિષય ઉપર જ આપણે ચર્ચા કરવી છે. ફરીથી કહેવાનું એ જ કે, મારી કલમ તો જે છે એ લખવાની જ છે. વાચકમિત્રોની સહમતીની ખાસ અપેક્ષા રાખ્યા વગર મારા વિચારો લખવાની આઝાદી મને ભારતનું સંવિધાન આપે છે. એટલે એનો ઉપયોગ તો હું ભરપૂર કરવાનો જ. એન્ટર એટ યોર ઓઉન રિસ્ક...!!!

એમાં આપનો વાંક નથી યાર! આપણે પણ એવા નિર્માલ્યતા થી ભરેલા વાતાવરણમાં જ ઉછર્યા છીએ. જેમાં હંમેશા સંસ્કારોનો ઓવરડોઝ છલકાવવામાં આવ્યો છે. "બેટા, એ ભલે મારે, આપણે હાથ નહિ ઉગામવાનો. હાથમાં કાંટા ઉગે!" આવી વાહિયાત દલીલો જ આપણા કાનમાં સતત રેડવામાં આવી છે. "જો, કોઈ આપણને ગાળ આપે તો આપણે નહિ લેવાની, આપણે નહિ સાંભળવાની,

ભગવાન એની જીભ ઉપર કાંટા ઉગાડશે, જોજે!" એમ કરીને આપણે આજે પણ આપણા ટાબરિયાઓને ઘેટાં બનાવીયે છીએ. જો ક્યારેક આપણા છોકરાંવની મારામારીની ફરિયાદ આવી કે તરત, વાતની છણાવટ વગર દે ધનાધન! મારામારી, સામો જવાબ આપવો, વાત મોઢે કહેવી એ બધાને ધૃષ્ટતા ગણવામાં આવે છે. સામનો કરવાની કલાને કુચેષ્ટામા ખપાવનારા આપણે સહુ, પોતે તો લબાડપણાના મહાસાગરમાં ગોથા ખાઈએ છીએ, પણ આપણા બાળકોને પણ પગ પકડીને એમાં ઢસડીયે છીએ. અને અંતે નિર્માણ પામે છે, કાયમ સમાધાન કરીને સહન કરતી પેઢી, જે "ડાહ્યા"નું ચમકતું લેબલ લગાવીને ફરે છે પણ હંમેશા અન્યાય અને દબ્બાણનો ભોગ બને છે. મૂંગે મોઢે! હસતા ચહેરે!

ડોઝ આપણે પણ એવો જ પીધો એવું નથી. પૂરાણકાળથી આવું ચાલ્યું આવે છે. ભારતના ઇતિહાસમાં તપાસતાં જ માખણની જેમ વાત ઉભરી આવશે કે વધુ પડતા સારા થવાના કેટલા ભયંકર પરિણામો આપણે ભોગવી ચૂક્યા છીએ અને હજુ ભોગવીએ છીએ. સારપને લીધે જો ડાયાબિટીસ થતું હોત તો ભારતના તમામ લોકો ઇન્સુલિન ઉપર જ જીવતા હોત. અમુક હદથી વધી ગયેલી સારપ સ્લો પોઇઝનનું કામ કરે છે. તમારો ઉપયોગ થવા લાગે છે. યૂઝ એન્ડ થ્રો બનીને કોઇક ડસ્ટબીનમાં ચોળાયેલા ટિશ્યૂ પેપરથી વધુ અલગ હાલત તમારી હોતી નથી. બાલ્યકાળથી પીવડાવેલી સંસ્કારોની બાળજીવન ઘુટ્ટી જ બાળકોના અંધકારમય અને પ્રેશરાઇઝ્ડ ભવિષ્યનો પાયો નાખે છે. બાળકોને સારા નરસાની કેડી તો ખબર જ ના હોય એટલે એ તમામ સામે સારો થવા જાય છે. ગામઠી ભાષામાં કહું તો એમાંને એમાં એ અટાઇ જાય છે. બાળકોને સંસ્કાર સાથે સંસ્કાર યૂઝ પ્લેસીસ અને પર્સન્સ ની પણ સમજ આપવી અનિવાર્ય છે. સારા ખાનની વાહિયાત વાતો કરતાં સારાં-નરસાનું ભાન કરાવવું એ વધુ જરૂરી છે.આ નિષ્ફળ દવાના ડોઝથી જ ભ્રષ્ટ તત્વો ને બખ્ખા છે! કોઇને બોલતા શીખવ્યું જ નથી એટલે ભ્રષ્ટ કામનો વિરોધ

થવાનો સવાલ જ નથી. સસલાં જેમ પોયાં પોયાં આપણે સહુ કુણું કુણું ધાસ જ ખાઈ શકીયે છીએ. દહાડતાં સિંહ જેવું પરાક્રમ કરવાનું ગજું આપણું ખરું? તો શું ચીસો પાડો છો કે તંત્ર ભ્રષ્ટ છે? તમે એને બનાવ્યું છે અને એમનેમ ચાલવા દીધું છે. ઓવર સંસ્કારિઝમે તમારો વિરોધ ભાવ જ નબળો પાડી દીધો છે. હવે તમારા બાળકો ને વારો કેમ? બનાવશો ને એને પણ આવાં જ?

બીજી એક ભયંકર ચમત્કારિક ખીલ્લી જેવી વાત! અસંસ્કારી બાબતોમાં સાચી વાત મોઢામોઢ કહેવી એને ઉચ્ચ સ્થાને બિરાજમાન કરવામાં આવી છે. કોઈ વ્યક્તિ સાચી વાત મોઢે કહેવાની ગુસ્તાખી કરે તો એને દોઢડાહ્યો કે તોછડો એવું સ્ટીકર મારીને જાણે આખા ગામમાં ફેરવવામાં આવે છે. વધુ પડતો લળી લળીને રહેતો, તમારું કહ્યું કરતો, હા માં હા મિલાવતો અને આગળ પાછળ ફરતો રહેતો રોબોટ એ માણસ કહેવાને લાયક નથી. આ બધું તો પાળેલું કૂતરું પણ કરી જાણે છે. પોતાના વિચારો મુક્ત મને રજુ કરવા માટે જીગર જોઈએ. અરે, આજની પેઢી પહાડો ઉપર ફેફસા ફાટીજાય એવી હવા ભરીને જોરથી પોતાના નામની ચીસ પડી, એના પડધા ઝીલવાને મીડિયોકર સમજે છે. પોતાના ફ્રેન્ડઝ સાથે લોન્ગ ડ્રાઇવમાં જવાને અસંસ્કારિતા સાંજે છે. જો સંસ્કારો સાથે સરહદો વિષે પણ જ્ઞાન આપે તો બાળકોને સંસ્કારના પીપડાં નીચે દબાવીને રાખવાની જરૂર જ ના પડે. સંસ્કાર એટલે શું? પોતાની હદ સમજી, બીજાને સહાયભૂત અને સૌમ્ય વર્તન. શ્રી કૃષ્ણ, શ્રી રામ અને અન્ય તમામ દિવ્ય વિભૂતિઓએ હંમેશા સંસ્કારી ચરિત્રનું જ પાલન કર્યું. પણ જયારે જરૂર પડી ત્યારે સ્પષ્ટ વકતા, શ્રેષ્ઠ ધનુર્ધારી અને અદ્ભૂત સારથી બનવાની ક્વિક ચેન્જ સ્વિય એમની પાસે હતી. સમય વર્તે સાવધાનની ઘંટી એમને બાલ્યકાળથી જ સંભળાવવામાં આવી હતી. સંસ્કાર તમારું રક્ષણ કરે છે પણ આરક્ષણ નથી આપતા. લબાડ બનવાની કથા તરીકે એને સંભળાવવા કરતાં બાળકોને એક રૂમ માં પૂરીને આખી ઝીંદગી સાચવી રાખો. એમાં એ વધુ સુરક્ષિત છે. તમારા

આવા નિર્માલ્યતાથી ભરપૂર મિથ્યા વચનો એને દુનિયામાં ક્યાંય કામ આવશે નહિ. લખી લો!

કલિયુગ છે ભાઈ, કલિયુગ! અહીં ભાવનાશીલ સાથે ભારાડી થવું પડે. કોમળ હૃદય અને કઠોર મન જોઈએ. સમજ સાથે શક્તિ પણ વિકસાવવી પડે. કળા સાથે કપટના ક્લાસીસ પણ કરવા પડે. જોખમ અને જુગાર ટ્રેનના બે પાટાની જેમ સાથે જ ચાલે. રાજ-વૈભવ તો જ ટકે, જો તમે રાજ-નીતિમાં પ્રવીણ હોવ. રુદન સાથે રાક્ષસી હાસ્ય પણ પોકારવાનો સમય આવે. તમારું ધાર્યું ના થાય ત્યારે સહનશક્તિ અને ધાર્યું થાય ત્યારે પાચનશક્તિ મજબૂત બનાવવી પડે. આ બધા યુનિટ્સમાં સંસ્કાર અને એન્ટી સંસ્કાર નું મિશ્રણ દેખાતું હશે. ધ્યાનથી સમજશો તો એ એકબીજાના પૂરક હશે. એકબીજા વગર અધૂરા! તો એનો મતલબ એમ થયો કે, એમના સહ અસ્તિત્વનો સ્વીકાર આપણે કરવો જ રહ્યો! બટ, ઘેર ઇસ ધ ઇસ્યુ બડી! સાઇકલના એક ટાયર ઉપર જીવન ચલાવવાનો ખેલ કરવા જતાં જ સર્કસ થઇ જાય છે. અસંસ્કારિતા અને એન્ટી સંસ્કારિતાનો ફરક તો મારા વ્હલા વાચક દોસ્તો સમજી જ ગયા હશે! તો સંસ્કારિતાનું એક ટાયર તો આપણે આપીએ છીએ. બીજું ટાયર ક્યાં? ભાઈ, ફાટેલું તો ફાટેલું, ટાયર તો આપો! તો સાઇકલ ચાલે ને? બાકી તો ટાય ટાય ફિસ્સ! વધુ પડતા સારા બાળકો બનાવવાની ફેકટરી ઘર ઘર ઘમઘમે છે! પણ એમાંથી બને છે કબૂતર જેવા ભોળુડાં! જે આજના જમાનામાં "બેવકૂફ અને ડફોળ" તરીકે પણ ઓળખાય છે! આપણે સેહત કે લીએ હાનિકારક બાપુ બનવામાં ડરીએ છીએ કે મારુ બાળક ક્યાંક નાલાયક સાબિત ના થાય. સમાજમાં એનું નામ ના બગડે! લોગ ક્યાં કહેંગે? બસ, મૂર્ખતાની ટેગ લાઇન જ આ છે: "સબ સે બડા રોગ, ક્યા કહેંગે લોગ?"

ના, ના, ના! લેખ આગળ ના વાંચવો હોય તો ભલે! પણ મેં સંસ્કારી અને એન્ટી સંસ્કારી બેય પૈડામાં ટાઇટમ ટાઇટ હવા પૂરી ને ધૂમ સ્ટાઇલમાં સાઇકલ ભગાવી મૂકી છે. પકડીને બેસાય તો ભલે, નહીંતર ટાટા, બાય બાય, સાયોનારા! ભાઇ, ચેતાવણીતો આપવી પડે હો. એમ મોઢું ના ફુલાવાય! યસ, નાઉ બેક ટૂ ટ્રેક. બાળકોને શિક્ષણ અને સંસ્કાર બંને આપો! ક્યાં ના જ છે? પણ એને ઉપયોગ સ્થળની માહિતિ પણ સાથે પ્રદાન કરો! બહારના અને ઘરના વર્તનમાં એને ફરક સમજાવો. પોતાના હક માટે લડવાનું શીખવો. હંમેશા હિમ્મત જ દરેક એન્જિનનું ઓઇલ હોય છે. સંસ્કારને નબળાઇની રગ બનતા બાલ્યાવસ્થામાં જ રોકી દો. બોલવું તો પડે, સાચું તો કહેવુંએ પડે અને ક્યારેક તલવાર પણ તાણવી પડે. તમારા પોતાના જ જીવનમાં જૂઓ ને! કેટલી વાર કુરુક્ષેત્ર પહોંચી ગયા છો તમે પણ? અને લડ્યા કેટલી વાર છો? શાંતિ અને ભાઇયારો બધું બરોબર, પણ એક હદ સુધી. અમુક સીમા પર કર્યા પછી તો ભલભલાના છક્કા છૂટી જાય એવી ગર્જના કરતાં આવડવી જોઇએ. અડધા પ્રોબ્લેમ તો ગર્જનાથી જ જાય ભાગ્યા! જે બાકી વઘે, એને મારો એક ધોલ. ફેંકો પ ફુટ દૂર. લબાડ મનથી ક્યારેય જીત મળતી નથી! જરૂર પડ્યે ગગનભેદી શંખનાદ પણ કરવો જ પડશે. તમારું બાળક સિંહ જેમ ત્રાડ નહિ પાડી શકે તો હંમેશા હરણાં જેમ દોડતું દોડતું એક દિવસ કોઇ ક્રૂર જાનવરના હાથે પીંખાઇ જશે! એને બળવાન, હૃદયવાન સાથે એને સમાજને પારખનાર પણ બનાવવો કે બનાવવી એ આજની તાતી જરૂરિયાત છે. સન્ડે હો ય મન્ડે, કભી ના ખાઓ દંડે!

બોસ, એક ગાલ પાર તમાયો પડેને તો એના બીજા ગાલ પર આપણે બે ઠોકી દેવાની હિમ્મત તો રાખવી જ પડશે. યે હાદસો કા જહાં હૈ... યહ વોહી ઝિંદા હૈ, જો વાર કર સકતા હૈ! વરના મુર્દોંકી યહાઁ કોઇ ઔકાત નહિ! સાચા હોવ તો સહન કરવાની જરૂર બિલકુલ નથી. જરૂરથી વધુ સદ્ગુણો એ ધીમું ઝેર છે. બાળકને લબાડ બનાવવા કરતા એને ગળાંમાં પટ્ટો નાખ્ખી, દરવાજે બાંધી દો. ત્યાં એ

વધુ સુરક્ષિત રહેશે. જો એને બહાર છૂટો મૂકવો હોય, તો એન્ટી સંસ્કારો તો શીખવવાં જ પડશે. ઘરમાં અને બહારના વર્તનનો ભેદ તો સમજાવવો જ પડશે. રહેવા દેજો જૂની રેકોર્ડ જેવી સુફિયાણી સલાહો. એ સન ૧૨૦૦ માં ગયું. હવે તો ડાર્વિનનો સિધ્ધાંત: સર્વાઇવલ ઓફ ધ ફિટટેસ્ટ! દોડવું હોય, તો બીજાને પાછળ રાખતા શીખો. બાળકને વધુ પડતું ગૂડી ગૂડી બનાવવામાં ક્યાંક એ મૂર્ખાધિપતિ બનીને બીજાને આગળ ધકેલતો ધકેલતો પોતે છેલ્લો ના આવે એ જોવાની જવાબદારી તમારી છે. મુફત કી અડવાઇસ હૈ, લેના હૈ તો લો, વરના જાને દો!!!!

****

ચીંટિયો - ૧૫

_સ્પેસ-એ-દંપતિ_

હી અને શી એક સુંદર કપલ છે (બહુ સારા નામ ના આવડ્યા એટલે સર્વનામ વાપરી નાખું છું. ચલાવી લેજો હો!). બહુ નવું એ નહિ ને સાવ જૂનું એ નહિ એવું. લવ મેરેજ કે અરેન્જ એની અહીંયા ચર્ચા અસ્થાને છે એટલે કરતો નથી. બંને એકબીજા માટે બહુ લાગણી રાખે. સતત એકબીજા સાથે કનેક્ટેડ રહે છે. એકબીજાની દરેક વાતમાં એકબીજાનું ઇન્ક્લુઝન હોય હોય ને હોય જ. શી તો ક્યારેય પિયર જાય જ નહિ. અને જો જાય તો પણ સવાર થી સાંજ બહુ થઇ ગયું. હી ને પણ ઓફ્િસ જોબ એટલે સતત એ પણ હાજર ને હાજર. થોડો સમય આમ જ ઉન્માદ અને હર્ષ માં વીતી ગયો. ધીમે ધીમે શી નું વર્તન થોડું બદલવા લાગ્યું. અતડાપણું એના વર્તન માં છલકવા લાગ્યું. સતત હી ની હાજરી એને અકળાવવા મંડી. હી પણ હવે પહેલાની જેમ ઓફ્િસ થી આવીને દોડીને શીને તેડી લેવા મથતો નહતો. ક્યારેક શીનો ફોન ઓફ્િસ દરમ્યાન આવે તો એને ઇગ્નોર કરવા લાગ્યો. બંને એકબીજા ને ભરપૂર ચાહતાં હતાં. મનભેદ કે મતભેદ નો તો સવાલ જ નથી. કોઈ વિખવાદ નહિ, કોઈ દ્વેષ નહિ, છતાંય અજાણ્યો ખાલીપો. મધુર દામ્પત્ય જીવનમાં ભર્યાભાદર્યા સંસારમાં પણ રણ જેવો તાપ વરસવા લાગ્યો. બંને સમજી શક્યા નહિ કે આમ શા માટે? તમે સમજાવી શકો? ચાલો, આપણે આ દામ્પત્યજીવન ના અદ્દભૂત વમળ જેવા પ્રશ્નના કેન્દ્રમાં જેવા ની ટ્રાય કરીયે. લેટ્સ જમ્પ વિથ સ્વિમ સ્યુટ....

મનુષ્ય મૂળ સ્વભાવે સ્વતંત્ર પ્રાણી છે. બંધન સ્વીકારવા એનું દિલ જાણે મંગલ પાંડે બની બેસે છે. લાકડાનો લાડુ ખાઇને જ પસ્તાવું

એવી પ્રબળ ઇચ્છા ઉછળતી હોય ત્યારે પણ ક્યાંક ખૂણામાં એની સ્વતંત્રતાને પારધીની જાળમાં સામેથી નાખવાની છે એની પણ જાણ હોય જ છે એને. દરેક સંબંધમાં લાગણી જેટલું જ મહ્ત્તવ સ્પેસ નું પણ હોય છે. નવાઈની વાત એ છે કે સ્પેસ જોઈએ બધાને છે, આપવી કોઇને નથી. સામાજિક માન્યતાના કુવામાંથી એવો જ પડધો પડે છે કે સંબંધમાં આધિપત્ય જમાવવા સામેના પાત્રની સ્પેસ હણી લો! ને મેદાન ફત્તેહ! પણ મારા ભોળા ભોટ, આ તો સ્પ્રિંગ છે ભાઈ! જેટલી દબાવો એટલી જ ઉછળે.. ન્યૂટનભાઇ ના ત્રણ ગોખી મારેલા ગતિના સિદ્ધાંતો પૈકીનો તાદૃશ દેખાતો આ સિદ્ધાંત અહીં પણ થોડો ઘૂસાડાય? હદ કરો છો હસું ભાઈ!

ખાસ તો આજનું નાળયું દંપતી સ્પેસ ઉપર ચિધાયેલું છે. બહુ સાંભળ્યું કે પતિ પત્નીએ તો અલગ થવાય જ નહિ! અમારા ઇ તો અમારા વગર એક દી ના રહી શકે. મનમાં શ્રીમતીજી બોલી ઉઠે કે, એક દી એમને એકલા રાખુંને તો મારું ઘર મહાભારત પત્યા પછીના કુરુક્ષેત્ર જેવું બની જશે! કબૂતર ઊડતાં હશે ને મારે એને પકડવાનાં. એક બીજાને સતત ચોંટીને રહેતા દંપતી એકબીજાની આજુબાજુનો ઓક્સિજન પણ શોષી લે તો નવાઈ નહિ! સહજ ભાવે એકબીજાની લાગણી જાળવવા કેર કરો તે સ્વીકાર્ય મી લોર્ડ! પણ સતત કૈદ-એ-બામુશક્કત તો કેમ સહન થાય? કહેવાય છે કે પતિ-પત્ની વચ્ચે કઇ સિક્રેટ હોતું જ નથી અથવા હોવું ના જોઈએ. આ સાલું આજ સુધી ખોપડીમાં ના ઉતર્યું કે સિક્રેટ ને નેગેટિવ જ કેમ સમજવામાં આવે છે? પોતાના દબાવી રાખેલા શોખ સિક્રેટ કેમ ના કહેવાય? એમના સપના કે સિક્રેટ ના કહેવાય? આખા ઘર માં એકલા રાજાની જેમ મોજથી ફરવાની બંનેની ઇચ્છા કેમ ના હોય? સાહજિક છે કે દંપતીના સંગાથમાં જવાબદારીઓના દબાણમાં અમુક સ્વતંત્ર અટકચાળા ના થઇ શકે. મનમાં તો એના લડ્ડુ ફૂટવાના જ છે! મનુષ્ય દિમાગ શૈતાનીઓનું ઘર છે રે બાબા! શૈતાન તો દબાવે દબાવાનો કે? તો શું કરવું ભાઈ???

જોરદાર ઘટસ્ફોટ કરવા જઈ રહ્યો છું! દિલ થામ કે બૈઠીયે સબ પત્નીલોગ ઔર ઉસકે પતિ લોગ! એકમેકથી છુટ્ટા પડી જાવ!!! ભાઇ, મનમાં નહિ, મોઢે જ ગાળો આપો.....પણ પૂરું સાંભળ્યા પછી! કોર્ટ કચેરીથી તો આપણે રામ પણ દૂર રહેવા વાળા, પણ પતિ પત્નીને ટેમ્પરરી સોશિયલ ડિસ્ટન્સમાં રાખવાના પૂરા હિમાયતી! બન્ને વચ્ચે દો ગઝ કી નહિ દો સો ગઝ કી દૂરી બનાવ કે રાખો! હજુ ના સમજ્યા? અરે ભાઇ, થોડા દી પત્ની શ્રી ને પિયર જવા ધો ને યાર! ટ્રાય કરો ટ્રાય! મૈં યહાઁ તું વહાં ગીત ગાવાનો ચાન્સ લ્યો. જોક્સ અપાર્ટ, જેમ આગળ કહ્યું એમ સતત કોઈનું આપણા ઉપર ઇન્ફ્લુઅન્સ આપણને એક સમય પછી જાણે વિજિલન્સ જેવું લાગવા લાગે છે. લાગણીના દરિયામાં પણ જાણે શાંત તોફાન ઉભું થાય છે. એની હાજરી ઝંખતા તો હોઇએ છીએ પણ એનું ઇન્ટરફીએરન્સ નહિ. એનો પ્રેમ જોઇએ છીએ પણ ડૉમિનન્સ નહિ. આવું અમુક સમયાંતરે થાય જ છે દરેક દંપતીમાં. સાલું લોયો એવો લાગે કે પતિ પત્ની બંનેને એમ થાય કે જો હું એને બતાવીશ નથી કે આઇ ડુ કેર ફોર યુ, તો પાર્ટનરને રોન્ગ મેસેજ જશે. એ મારાથી ડિટેચ થઇ જશે. અમુક હદ આ માન્યતા સાચી પણ છે. એક સમય પછી તે પેશન બની જતા રિસ્ટ્રિક્શન નું સ્વરૂપ લઇને જન્માવે છે ફ્રસ્ટ્રેશન... બટ અપુન કે સાથ નો ટેંશન... બસ, પે ફુલ એટેંશન!

જુઓ, સિમ્પલ લોજિક છે. દૂરીથી હંમેશા નઝદીકીયાં બની રહે છે. જયારે વ્યક્તિની ગેરહાજરીનો ખાલીપો વર્તાય ત્યારે એની જગ્યાનું ખાલી ચોસલું કેટલું મોટું લાગે એ સમજાય. એ હોય ત્યારે એના ઉપર તાડુકેલા શબ્દો તમને પાછા પડઘા રૂપે ખાલી ઘરમાં ગુંજતા લાગે. એની સાથે વિતાવેલી સુંદર ક્ષણો નજર સામે નાટકની જેમ ભજવાય. એ હાજર હોય ત્યારે બેડરૂમમાં લગાવેલા કપલ ફોટો ઉપર આપણી નઝર જ ના જાય. પણ જયારે એ દૂર હોય ત્યારે એ ફોટોને ધારી ધારીને

જોયા કરવામાં કલાકો વીતી જાય. સવારે ઉઠીને તરત મળતી ચાય જ્યારે જાતે બનાવી પડે ત્યારે કેવું જોર પડે એ અનુભવ તો લેવા જોવો ખરો જ. પ્રોગ્રામ નક્કી થાય એટલે કેટલાએ પ્લાન બને... મસ્ત સોફા ઉપર લાંબા થઇ ને મંચુરિયન રાઈસ સ્વગી કે ઝૉમેટો ઉપર ઓર્ડર કરી, ફિલ્મ જોતે જોતે ખાઈશ! જોર જોરથી મ્યુઝિક વગાડી, મોજ કરીશ! આખા પલંગ માં પગ પસારી ને આળોટીશ! પણ મહાનુભાવ, જ્યારે એકલા હશો ત્યારે આમાંથી કાંઈ જ નહિ કરી શકો. એક દિવસ-બે દિવસ એમ લાગશે કે હાશ-- આઝાદીઈઈઈઈઇ--- પણ પછી... એકલતાની ઉઘઇ ચડી આવશે. તમારા ધારેલા બધા પ્લાન ફેઇલ જશે ત્યારે તમને સમજાશે કે અકેલે સે કુછ નહિ હોતા જનાબ... વો હૈ તો હમ હૈ... સામે, શ્રીમતીજીને પિયરમાં ૯ વાગ્યે ઉઠીને સીધો શાનો કપ તૈયાર મળતો હોય,પણ તમારા માટે વહેલા જાગીને બનાવેલી કડક કૉફીની યાદ એમને આવે જ. ટિફિન માં શું જમ્યા હશો? રાત્રે કઇ આયરક્યુર નહિ ખાઇ લો ને એ ચિંતાનું પોટલું તો ત્યાં એક્સટ્રા લગેજ ચાર્જ આપીને પણ સાથે લઇ જ ગયા હશો! રોજ રાતે શું બનાવવું એ બાબતે ઝરતી ચકમક મિસ કરતાં કરતાં રિવર્સ ડેઊ પણ એ ગણતાં જ હોય એમાં કોઇ શક નથી.

યાદ આવશે તમને કે તમે ઓફિસ માં આવતા એના ફોન ડિસ્ટર્બ કરતાં. આજે એનો ફોન આવે તો જાણે મોરના ટહુકા જેવી રિંગટોન સંભળાય. "સાંજે ૨ કિલો ટામેટા અને ૧૦ ની કોથમરી લેતા આવજો" એવી ચેટ સિવાય બંને વચ્ચે વૉટ્સએપ નો છેલ્લા ૧ વર્ષ થી ઉપયોગ ના થયો હોય ત્યારે હવે બીટિંગ હાર્ટ ના ઈમોજી મોકલાશે! એક જ પથારીમાં અલગ અલગ દિશાઓમાં મોઢું ફેરવીને રોજ સૂતાં ઇવ અને આદમ આજે આખી રાત ચેટ કરતાં રહેશે! કેવી નવાઈ! હોય ત્યારે કઇ નહિ ને ના હોય ત્યારે રહેવાય નહીં? અંતર એ અંતરને નજીક લાવે છે. બંનેને પૂરતી સ્પેસ મળતાં દિલને ડિસ્ટન્સ લર્નિંગથી પ્રેમ શીખવા મળે છે. અદૃશ્ય પાર્ટનરના હંમેશાં સદ્ગુણ જ દેખાય છે જે આપણે ક્યારેય નજરે લીધાં જ નથી! કોણ કહે છે કે વિરહ એ પ્રેમની હત્યા કરે

છે? અરે, પ્રેમને ઉજાળવાનું હથિયાર છે વિરહ. બે પાત્રોના અંતર જોડાણનું દ્વાર છે વિરહ. એકબીજાને સમજવાનું જ્ઞાન છે વિરહ. અંતર ક્યારેય પ્રેમને ડિસ્ટર્બ નથી કરતુ પણ, એને ખતમ કરનાર પરિબળ છે અહં. જયારે પાર્ટનરની ગેરહાજરી હોય ત્યારે એની સામે પ્રત્યક્ષ અહંનું અસ્તિત્વજ નથી રહેતું અને એટલે જ એમના ગ્લીટરિંગ વર્ચ્યૂસ ચળકવા લાગે છે. અનુભવ વાણી છે હો!

તો, ધી એન્ડ ઓફ ધીસ લોન્ગ લોન્ગ કથા, ધી હોલ થીંગ ઇસ ઘેટ કે, ભૈયા, ક્યારેક ક્યારેક થોડી દૂરી બનાવો, ખુલીને શ્વાસ લો અને લેવા દો. એકબીજાને સમજવા એકબીજાથી ક્યારેક અલગ થાઓ. હી અને શીએ મારી આ વાત માની અને અંતે એમની ગાડી પાછી ટ્રેક ઉપર આવી ગઇ (જાવ, જાવ, સાચે કહું છું!). ડિસ્ટન્સથી ડોમિનન્સ ને અને લોન્ગ રૂટથી લાર્જ ઇગોને મારો. બંનેની સ્પે ને એક્સસ કરવા દો અને પછી રિલેક્સ થઇને લાઇફને ગ્લોરિયસ બનાવની પ્રોસેસ કરોને બાપા! સારે નિયમ તોડ દો, એક દુજે કો જોડ દો.... ઇન્ક્લાબ ઝિંદાબાદ....

****

ગુજરાત રાજ્યના મુખ્યમંત્રીશ્રી દ્વારા "યુવાન્યાસ" પુસ્તક માટે શુભેચ્છા સંદેશ.

ભૂપેન્દ્ર પટેલ
મુખ્યમંત્રી, ગુજરાત રાજ્ય

Apro/ab/2022/08/26/ps

તા. ૨૬-૦૮-૨૦૨૨

સંદેશ

સાહિત્યની સરવાણી અનેકના જીવનમાં ઉમંગ ભરી દે છે. માનવ જીવનના કલ્યાણ માટે લખાતું સાહિત્ય દરેક જીવમાં શિવને સંજીવન કરે છે. આજની યુવાપેઢી ધર્મ અને અંધ્યાત્મને સ્વ અનુભવથી સમજે તે આવશ્યક છે.

"યુવાન્યાસ" નામના પુસ્તકની સફળતા માટે શુભેચ્છાઓ તથા વાચક મિત્રો આ પુસ્તકમાંથી જીવનના નવા આયામનો અભ્યાસ કરી શકે તેવી શુભકામના પાઠવું છું.

આપનો,

(ભૂપેન્દ્ર પટેલ)

To,
Shree Divyambhai P. Antani, *Writer*
"Shree Ram Krishna", 36, Shree Harinagar Bungalows,
Meera Nagar, Nr. New Collector Office,
Junagadh - 362001
Email : dpa.botany@gmail.com
M. : 98255 62329

ગુજરાત રાજ્યના મુખ્યમંત્રીશ્રી દ્વારા
"હેબિટ ની હાર્ટબીટ્સ" પુસ્તક માટે શુભેચ્છા સંદેશ

ભૂપેન્દ્ર પટેલ
મુખ્યમંત્રી, ગુજરાત રાજ્ય

સ્નેહી શ્રી દિવ્યમભાઈ,

નમસ્કાર.

આપના દ્વારા "હેબિટ્સની હાર્ટબીટ્સ" નામના પુસ્તકની રચના કરવામાં આવી છે. જે આપના દ્વારા મોકલાવેલ પુસ્તકથી જાણ થઈ. અભિનંદન.

મા, માતૃભાષા, માતૃભૂમિનું ગૌરવ સાહિત્ય સર્જન થકી કલમના કસબી એવા સાહિત્યકારો દ્વારા થતું રહ્યું છે. કલમના ખોળે માથું મૂકનાર અનેક સાહિત્ય સાધકોએ સર્જનના ઉત્કૃષ્ટ આયામો ચરિતાર્થ કર્યા છે. કવિતા, નવલકથા, નાટક, વાર્તા, વિવેચનના વિવિધ આવિર્ભાવોને માનવીય મૂલ્યોના પરિપ્રેક્ષ્યમાં અભિવ્યક્ત કરતા ગુજરાતી સાહિત્યકારોએ તેમની સાહિત્ય સાધનામાં ડહાપણ, સંવાદ અને સૌહાર્દનું નવનીત પ્રગટાવ્યું છે.

મનુષ્યમાં રહેલી આદત પર મનોમંથન કરીને તૈયાર કરવામાં આવેલ પુસ્તક વાચકોને ઉપયોગી બની રહે તેવી શુભેચ્છા સાથે અભિનંદન પાઠવું છું.

આપનો,

(ભૂપેન્દ્ર પટેલ)

To,
Shree Divyambhai P. Antani,
"Shree Ramkrishna", 36/ Shree Harinagar Bungalows,
Miranagar, Nr. New Collector Office,
B/h. Sardar Baug, Junagadh – 362001.
Email:dpa.botany@gmail.com
M. 9825562329

<u>*લેખકના સંપર્ક સૂત્ર:-*</u>

- **સરનામું:-** "શ્રી રામકૃષ્ણ",
ઉદ, શ્રી હરિ નગર બંગ્લોઝ,
મીરા નગર,
નવી કલેકટર ઓફિસ પાસે,
જૂનાગઢ - ૩૬૨૦૦૧
ગુજરાત, ભારત
- **મોબાઇલ:-** +૯૧૯૮૨૫૫૯૬૨૩૨૯
- **ઈ મેલ:-** <u>divyamantani9@gmail.com</u>
- **યુ ટ્યુબ ચેનલ:-** Motivational Gujju Divyam

Scan To Whatsapp

Subscribe My Channel

9 7 9 8 8 8 9 5 5 6 4 4 7 9